വിമോചനവും സോഷ്യലിസവും

vimochanavum socialisavum
•
che guvera
•
translated
c p narayanan and narayanan chemmalassery
•
first edition
november 2005
•
fourth edition
november 2012
•
fifth edition
november 2017
•
type setting and published
chintha publishers, thiruvananthapuram

cover
b sivaprasad
•

വിതരണം

ദേശാഭിമാനി ബുക്ക് ഹൗസ്

H O തിരുവനന്തപുരം-695 035
phone: 0471-2303026, 6063026
www.chinthapublishers.com
chinthapublishers@gmail.com

ബ്രാഞ്ചുകൾ

ഹെഡ്ഓഫീസ് ബ്രാഞ്ച് കുന്നുകുഴി • സ്റ്റാച്യു തിരുവനന്തപുരം • കെ എസ് ആർ ടി സി ബസ് സ്റ്റേഷൻ ആലപ്പുഴ • കെ എസ് ആർ ടി സി ബസ് സ്റ്റേഷൻ എറണാകുളം • മച്ചിങ്ങൽ ലെയ്ൻ തൃശൂർ • ഐ ജി റോഡ് കോഴിക്കോട് • മാവൂർ റോഡ് കോഴിക്കോട് • എൻ ജി ഒ യൂണിയൻ ബിൽഡിങ് കണ്ണൂർ • സെൻട്രൽ ബസ് ടെർമിനൽ കോംപ്ലക്സ് താവക്കര കണ്ണൂർ

CR - 1756 / 4458
ISBN - 978-93-82328-75-9

വിമോചനവും
സോഷ്യലിസവും

ചെ ഗുവേര

പരിഭാഷ:
സി പി നാരായണൻ
നാരായണൻ ചെമ്മലശ്ശേരി

ചിന്ത പബ്ലിഷേഴ്സ്
തിരുവനന്തപുരം-695 035

ഉള്ളടക്കം

ഏണസ്റ്റോ ചെ ഗുവേര

ഏണസ്റ്റോ ഗുവേര ഡി ലാ സെർന 1928 ജൂൺ 14 ന് അർജന്റീനയിലെ റൊസാരിയോവിലാണ് ജനിച്ചത്. ബ്യൂണസ് അയേഴ്സിൽ ഒരു വൈദ്യവിദ്യാർഥിയായിരുന്ന അദ്ദേഹം ഡോക്ടർ ബിരുദം എടുത്തതിനുശേഷം ലാറ്റിൻ അമേരിക്കയിലുടനീളം സഞ്ചരിച്ചു. 1954 കാലത്ത് ഗ്വാട്ടിമാലയിൽ താമസിച്ച അദ്ദേഹം (അന്ന് ആ രാജ്യം ജാക്കോബോ അർബെൻസിന്റെ തിരഞ്ഞെടുക്കപ്പെട്ട ഗവൺമെന്റിനു കീഴിലായിരുന്നു) രാഷ്ട്രീയ പ്രവർത്തനങ്ങളിൽ ഉൾപ്പെട്ടു; സി ഐ എ സംഘടിപ്പിച്ച സൈനിക അട്ടിമറിയിലൂടെ ആ ഗവൺമെന്റ് പുറത്താക്കപ്പെടുന്നതിന് അദ്ദേഹം ദൃക്സാക്ഷിയായിരുന്നു.

വധഭീഷണിയെത്തുടർന്ന് ഗ്വാട്ടിമാല വിടുന്നതിനു നിർബന്ധിതനായിത്തീർന്ന ഗുവേര, മെക്സിക്കോ നഗരത്തിലേക്കു പോയി. ക്യൂബയിലെ സ്വേച്ഛാധിപതി ഫുൾ ജെൻസിയോ ബാത്തിസ്തയെ പുറത്താക്കുന്നതിനായി പ്രവർത്തിച്ചുകൊണ്ടിരുന്ന, ക്യൂബയിൽനിന്ന് പുറത്താക്കപ്പെട്ട വിപ്ലവകാരികളുമായി അവിടെവച്ച് അദ്ദേഹം ബന്ധപ്പെട്ടു. 1955 ജൂലായിൽ അദ്ദേഹം ഫിദെൽ കാസ്ത്രോയെ കണ്ടുമുട്ടി. കാസ്ത്രോ സംഘടിപ്പിച്ചുകൊണ്ടിരുന്ന ഗറില്ലാസംഘത്തിൽ ഉടൻ തന്നെ അദ്ദേഹം അംഗമായിച്ചേർന്നു. ക്യൂബക്കാർ അദ്ദേഹത്തെ 'ചെ' എന്ന ഓമനപ്പേരിട്ടുവിളിച്ചു. അർജന്റീനയിൽ സാധാരണയായുള്ള ഒരു വിളിപ്പേരാണത്.

1956 ഡിസംബർ 2 ന് മെക്സിക്കോയിൽനിന്ന് ക്യൂബയിൽ എത്തിച്ചേർന്ന സംഘത്തിൽ ഗുവേരയും ഉണ്ടായിരുന്നു. സിയേറ മെയ്സ്ത്ര മലനിരകളിൽ വിപ്ലവ സായുധസമരം ആരംഭിക്കുന്നതിന് മെക്സിക്കോയിൽനിന്ന് 'ഗ്രാൻമ' എന്ന യുദ്ധക്കപ്പലിൽ കയറിവന്ന വിപ്ലവ സംഘമായിരുന്നു അത്. തുടക്കത്തിൽ ആ സംഘത്തിലെ

ഡോക്ടറായിരുന്ന ഗുവേര, 1957 ജൂലായിൽ ആദ്യത്തെ വിപ്ലവ സൈനിക കമാണ്ടറായിത്തീർന്നു.

1958 സപ്തംബറിൽ ഗുവേരയും കാമിലോ സിയെൻഫ്യൂഗോസും സിയേറ മെയ്സ്ത്രയിൽനിന്ന് പടിഞ്ഞാറോട്ട്, ദ്വീപിന്റെ മധ്യഭാഗത്തേക്ക് ഗറില്ലാ സംഘങ്ങളെ നയിച്ചു. കടുത്ത യുദ്ധത്തിലൂടെ, വിപ്ലവ സൈന്യത്തിന്റെ പ്രവർത്തനങ്ങൾ അവർ, ക്യൂബയുടെ ഏറെ ഉള്ളിലേക്ക് വിജയകരമായി വ്യാപിപ്പിച്ചു. 1958 ഡിസംബർ അവസാനത്തോടെ, യുദ്ധത്തിലെ വളരെ നിർണായകമായ ഘട്ടങ്ങളിലൊന്നായ സാന്താ ക്ലാരയിലെ ഏറ്റുമുട്ടലിൽ വിപ്ലവസൈന്യത്തെ ഗുവേര വിജയത്തിലേക്കു നയിച്ചു.

1959 ജനുവരി 1 ലെ വിപ്ലവകാരികളുടെ വിജയത്തെത്തുടർന്ന് ഗുവേര പുതിയ വിപ്ലവ ഗവൺമെന്റിലെ ഒരു സുപ്രധാന നേതാവായിത്തീർന്നു. കാർഷിക പരിഷ്കാരങ്ങൾക്കായുള്ള നാഷണൽ ഇൻസ്റ്റിറ്റ്യൂട്ടിലെ വ്യവസായ വകുപ്പിന്റെ തലവനായി 1959 സപ്തംബറിൽ സേവനം അനുഷ്ഠിച്ചുതുടങ്ങി. 1959 നവംബറിൽ അദ്ദേഹം നാഷണൽ ബാങ്കിന്റെ പ്രസിഡന്റായി; 1961 ഫെബ്രുവരിയിൽ വ്യവസായ മന്ത്രിയായി. 1965 ൽ ക്യൂബൻ കമ്യൂണിസ്റ്റ് പാർട്ടിയായി മാറിയ രാഷ്ട്രീയ സംഘടനയുടെ കേന്ദ്ര നേതാക്കളിൽ ഒരാളായി അദ്ദേഹം.

ലോകത്തിലെങ്ങും ക്യൂബയുടെ പ്രമുഖ പ്രതിനിധിയായി ഗുവേര സഞ്ചരിച്ചു; നിരവധി പ്രതിനിധിസംഘങ്ങളുടെ തലവനായിരുന്നു; ഐക്യരാഷ്ട്രസഭയിലും മറ്റ് അന്താരാഷ്ട്ര വേദികളിലും പ്രസംഗിച്ചു.

വിദേശങ്ങളിൽ നടക്കുന്ന വിപ്ലവസമരങ്ങളിൽ നേരിട്ടു പങ്കെടുക്കുന്നതിനായി 1965 ഏപ്രിലിൽ ഗുവേര, ക്യൂബയിൽനിന്ന് യാത്ര തിരിച്ചു. ആഫ്രിക്കയിലെ കോംഗോയിൽ അദ്ദേഹം നിരവധി മാസങ്ങൾ കഴിച്ചുകൂട്ടി; പിന്നീട് 1965 ഡിസംബറിൽ രഹസ്യമായി ക്യൂബയിലേക്കു തിരിച്ചെത്തി. 1966 നവംബറിൽ അദ്ദേഹം ബൊളീവിയയിൽ എത്തിച്ചേർന്നു. ആ രാജ്യത്തെ സൈനിക സ്വേച്ഛാധിപതിയോട് യുദ്ധം ചെയ്യുന്ന ഒരു ഗറില്ലാ സൈന്യത്തെ അദ്ദേഹം നയിച്ചു. അമേരിക്കയുടെ (യു എസ് എ) മേൽനോട്ടത്തിലുള്ളതും അവരാൽ പരിശീലിപ്പിക്കപ്പെട്ടതുമായ ബൊളീവിയയിലെ പ്രതിവിപ്ലവസൈന്യം 1967 ഒക്ടോബർ 8 ന് അദ്ദേഹത്തെ മുറിവേൽപ്പിച്ചു; തടവുകാരനായി പിടിച്ചു. പിറ്റേദിവസം അദ്ദേഹം വധിക്കപ്പെട്ടു.

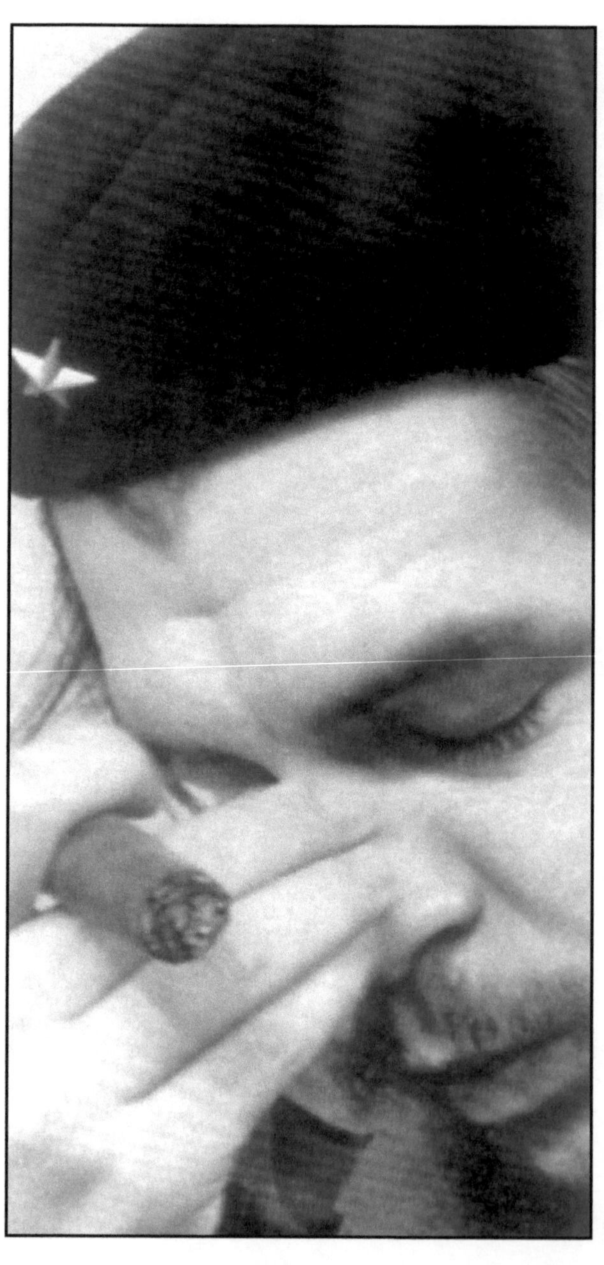

ആമുഖം

മാരിയ ഡെൽ കാർമെൻ ഏരിയേ ഗാർസിയ

ചെ ഗുവേര സ്റ്റഡീസ് സെന്റർ
ഹവാന

ഏണസ്റ്റോ ചെ ഗുവേരയുടെ സുപ്രസിദ്ധവും അതേ അവസരത്തിൽ തന്നെ അതുല്യവും ആയ രചനകൾ ഈ പുസ്തകത്തിൽ പ്രസിദ്ധീകരിക്കുന്നത്, കേവലം സാഹിത്യപരമായ താൽപ്പര്യം കൊണ്ടു മാത്രമല്ല; ചില പൊതുവായ ലക്ഷ്യങ്ങളെയും വിഷയങ്ങളെയും പ്രതിഫലിപ്പിക്കുന്ന അദ്ദേഹത്തിന്റെ ആശയങ്ങൾ സമാഹരിക്കുന്നതിനുവേണ്ടിക്കൂടിയാണ്. ഈ രചനകളും അദ്ദേഹത്തിന്റെ മുൻകാല രചനകളും (അവയിൽ പലതും വ്യത്യസ്ത സന്ദർഭങ്ങളിൽ എഴുതപ്പെട്ടവയാണെങ്കിലും അവയ്ക്കെല്ലാംതന്നെ ഒരു സമാനഭാവമുണ്ട്) തമ്മിലുള്ള നൈരന്തര്യം വ്യക്തമാക്കണമെന്ന് ഞങ്ങൾക്കുണ്ട്; തന്റെ സർവതോമുഖവും യുക്തിഭദ്രവുമായ വിപ്ലവദർശനത്തിൽ തത്ത്വശാസ്ത്രത്തെയും രാഷ്ട്രീയത്തെയും സാമ്പത്തികശാസ്ത്രത്തെയും എല്ലാം സമന്വയിപ്പിക്കാൻ ചെയ്ക്കു കഴിഞ്ഞതെങ്ങനെയെന്ന് കാണിക്കണമെന്നുമുണ്ട്.

ചെയുടെ അന്താരാഷ്ട്ര ഘട്ടം എന്നുതന്നെ വിശേഷിപ്പിക്കാവുന്ന ഐതിഹാസികമായ കാലഘട്ടത്തിലെ അദ്ദേഹത്തിന്റെ നിർണായകമായ സൈദ്ധാന്തിക സംഭാവനയുടെ വ്യാപ്തി എത്രത്തോളമുണ്ടെന്ന്, ഈ കൃതികൾ വിശദമായി വായിക്കുമ്പോൾ മനസിലാകും. മൂർത്തമായ പ്രശ്നങ്ങൾ പരിഹരിക്കുന്നതിനു സിദ്ധാന്തത്തെ ഉപയോഗപ്പെടുത്തുന്ന ഒരു പ്രവർത്തനരീതിയുടെ ആത്യന്തിക രൂപമായിരുന്നു ഈ രചനകൾ. ആ പ്രവർത്തന രീതിയാകട്ടെ, തർക്കിച്ചു സമർഥിക്കുന്നതോ മർക്കടമുഷ്ടിയോടെ വാദിക്കുന്നതോ ആയ പ്രക്രിയയായിരുന്നില്ലതാനും. മറിച്ച്, ഒരേസമയം മാർക്സിസ്റ്റ് ആശയാധി

ഷ്ഠിതവും മാനവികവുമായ വിപ്ലവ നീതിബോധം പ്രകടമാക്കുന്ന ഒരു പ്രക്രിയയായിരുന്നു അത്. "തന്റെ കാലത്തെക്കാൾ എത്രയോ മുന്നിലായിരുന്നു" ചെ ഗുവേര എന്ന് വളരെ വ്യക്തമായിരുന്നു. കാരണം, അദ്ദേഹത്തിന്റെ ആശയങ്ങളും അദ്ദേഹത്തിന്റെ സമരങ്ങളും, ആഗോള നീതിക്കുവേണ്ടിയുള്ള സമകാലീന അന്വേഷണങ്ങളിൽപ്പോലും അനുരണനങ്ങൾ ഉണ്ടാക്കിക്കൊണ്ടിരിക്കുന്നുണ്ടല്ലോ.

പ്രായോഗിക പ്രവർത്തനത്തെക്കുറിച്ച് ഊന്നിപ്പറഞ്ഞ ഒരു മാർക്സിസ്റ്റ് ചിന്തകനായിരുന്നു ചെ. ക്യൂബൻ വിപ്ലവത്തിന്റെ ഉദാഹരണം ഉപയോഗപ്പെടുത്തിക്കൊണ്ടും ആ വിപ്ലവത്തിന്റെ ഒരു നായകൻ എന്ന നിലയ്ക്ക് തനിക്കുള്ള അനുഭവങ്ങൾ ഉപയോഗപ്പെടുത്തിക്കൊണ്ടും മറ്റു വിപ്ലവകാരികളെ, (പ്രത്യേകിച്ചും മൂന്നാം ലോകത്തിലെ വിപ്ലവകാരികളെ) ആവേശം കൊള്ളിക്കുന്നതിന്, തന്റെ വിപ്ലവകരമായ അനുഭവങ്ങളെ സാമാന്യവൽക്കരിക്കുന്നതിന് അദ്ദേഹം തയ്യാറാവുന്നു. ചെയുടെ പ്രസംഗങ്ങളും സമ്മേളന പ്രബന്ധങ്ങളും ലേഖനങ്ങളും ടെലിവിഷൻ ചെയ്യപ്പെട്ട പ്രസംഗങ്ങളും അഭിമുഖങ്ങളും കത്തുകളും എല്ലാംതന്നെ, അദ്ദേഹത്തിന്റെ ദൈനംദിന പ്രവർത്തനങ്ങളും ആത്യന്തിക ലക്ഷ്യങ്ങളും തമ്മിലുള്ള ബന്ധം എന്തെന്ന് യഥാർഥമായും വ്യക്തമാക്കുന്നുണ്ട്; മാനവരാശിയുടെ സമ്പൂർണമായ വിമോചനം കൈവരിക്കുന്നതിന് ആത്യന്തികമായി സഹായിക്കുന്ന വിപ്ലവപ്രസ്ഥാനത്തിനു പ്രയോജനകരമായ ഉപകരണമാക്കി സിദ്ധാന്തത്തെ അദ്ദേഹം എങ്ങനെ മാറ്റിത്തീർത്തുവെന്ന് അവ നമുക്കു കാണിച്ചുതരുന്നുണ്ട്.

ചെയുടെ ആശയങ്ങളിൽ പലതും ആദ്യമായി ആവിർഭവിച്ച, അത്യപൂർവവും നിർണായകവുമായ കാലഘട്ടത്തിന്റെ ചരിത്രപരമായ പശ്ചാത്തലത്തിൽനിന്നു മാറ്റിനിർത്തിക്കൊണ്ട് അദ്ദേഹത്തിന്റെ ചിന്തകളുടെ വളർച്ചയെക്കുറിച്ചുള്ള പഠനം സാധ്യമല്ല. "നിലവിലുള്ള രണ്ട് മേധാവിത്വശക്തികൾ തമ്മിലുള്ള സർവാതിശായിയായ കലഹങ്ങൾകൊണ്ടും" കലാപ കലുഷിതമായ സമരങ്ങളുടെ ശക്തിയും വ്യാപ്തിയുംകൊണ്ടും സവിശേഷതയാർന്ന കാലഘട്ടമായിരുന്നു 1960-കൾ. ഈ സമരങ്ങളിൽ ഏറ്റവും പ്രധാനപ്പെട്ടവ നടന്നത് മൂന്നാം ലോകത്തുതന്നെയാണ്; ക്യൂബൻ വിപ്ലവവും ആ കാലഘട്ടത്തിലെ വിപ്ലവപ്രസ്ഥാനങ്ങളിൽ അതു ചെലുത്തിയ സ്വാധീനവും അതിന്റെ പ്രതീകമായി ഉയർന്നുനിൽക്കുന്നു.

1967 ഒക്ടോബറിൽ സംഭവിച്ച ചെയുടെ മരണമുണ്ടാക്കിയ ആഘാതവും സാമൂഹ്യപരിവർത്തനത്തിനുവേണ്ടി സമരം ചെയ്യുന്ന ജനതതികളിൽ ഒട്ടാകെ അതുണ്ടാക്കിയ പ്രത്യാഘാതങ്ങളും, നോബൽ സമ്മാന ജേതാവ് ജോസ് സരമാഗോ എടുത്തുപറയുന്നുണ്ട്. അദ്ദേഹം ഇങ്ങനെ അനുസ്മരിക്കുന്നു:

സലാസറുടെയും കേറ്റനോയുടെയും അസന്തുഷ്ടമായ പോർ

ത്തുഗലിലേക്ക് ഏണസ്റ്റോ ചെ ഗുവേരയുടെ രഹസ്യ ഛായാചിത്രം എത്തിച്ചേർന്നു. അദ്ദേഹത്തിന്റെ ആ ഛായാചിത്രം സുപ്രസിദ്ധമാണ്; ചുവപ്പും കറുപ്പും ഇടകലർന്ന മനോഹരമായ ചിത്രം. ലോകത്തിന്റെയാകെ വിപ്ലവ സ്വപ്നങ്ങളുടെ സാർവലൗകിക പ്രതീകമായി അതു മാറി.

സോഷ്യലിസ്റ്റ് ചേരിയുടെ തകർച്ചയെത്തുടർന്ന് ചരിത്രപരമായ തിരിച്ചടി ഏൽക്കേണ്ടിവന്നുവെങ്കിലും, യഥാർഥ വിപ്ലവ സോഷ്യലിസത്തിന്റെ തുടർച്ച പുനഃസ്ഥാപിക്കുന്നതിനുള്ള മാർഗമെന്ന നിലയിൽ ചെയുടെ ചിന്തകളുടെ മാതൃകയും പുനരുദ്ധരിക്കപ്പെട്ടുകൊണ്ടിരിക്കുകയാണ്. സാമൂഹ്യ പരിവർത്തനപദ്ധതിയുടെ ഒരു ഭാഗമെന്നനിലയിൽ പൂർണമായ ദേശീയ വിമോചനം കൈവരിക്കുന്നതിനാണ് അതു ശ്രമിക്കുന്നത്.

സവിശേഷമായ ഒരു ഐതിഹാസിക കാലഘട്ടത്തിന് ഊന്നൽ നൽകിക്കൊണ്ട്, സുപ്രധാന വസ്തുതകളെ എടുത്തുകാണിക്കാൻ കഴിയും. വീക്ഷണം കൈവിടാതെതന്നെ, ആ കാലഘട്ടത്തിന്റെ, നിഷേധാത്മകവും രചനാത്മകവുമായ വശങ്ങളെ വിലയിരുത്തേണ്ടതുണ്ട്.

1965 ഫെബ്രുവരി 24 ന് അൾജീരിയയിൽ ചേർന്ന ആഫ്രോ-ഏഷ്യൻ സാമ്പത്തിക സെമിനാറിൽ ചെ നടത്തിയ തീക്ഷ്ണമായ പ്രസംഗത്തെപ്പോലെയുള്ള ഒരു പ്രസംഗം, ഭൂതകാലത്തെക്കുറിച്ച് മനസിലാക്കുന്നതിന് വസ്തുതാപരമായിത്തന്നെ ആവശ്യമാണെന്നു കാണാം. ക്യൂബൻ വിപ്ലവത്തിൽനിന്നുള്ള ഒരു വഴിപിരിയലായിട്ടാണ്, അദ്ദേഹത്തിന്റെ ആ പ്രസംഗത്തെക്കുറിച്ച്, അദ്ദേഹത്തെ തള്ളിപ്പറയുന്നവർ പറയാറുള്ളത്. പക്ഷെ, മുതലാളിത്തത്തിന്റെ സ്വഭാവത്തെക്കുറിച്ചും ഒരു പുതിയ സോഷ്യലിസ്റ്റ് സമൂഹത്തിന് വഴിതുറക്കുന്ന വിപ്ലവസമരത്തെക്കുറിച്ചും ഇതിനുമുമ്പ് ചെ പറഞ്ഞിട്ടില്ലാത്ത ഒന്നും തന്നെ, ഈ പ്രസംഗത്തിൽ ഇല്ലെന്നതാണ് വാസ്തവം.

"സോഷ്യലിസവും ക്യൂബയിലെ മനുഷ്യനും" എന്ന ലേഖനത്തിലാകട്ടെ (*മാർച്ചാ* എന്ന വാരികാ പ്രസിദ്ധീകരണത്തിന്റെ ഡയറക്ടറായ അനിബാൾ ക്വിജാനോ എന്ന ഉറുഗ്വെ പത്രപ്രവർത്തകന് ചെ അയച്ച ഒരു കത്താണത്) ക്യൂബൻ വിപ്ലവത്തെക്കുറിച്ചുള്ള തന്റെ വിശകലനങ്ങളും ഭാവിയിൽ അത്തരം സമരങ്ങളിൽ ഏർപ്പെടാനിടയുള്ള മറ്റു രാജ്യങ്ങൾക്ക് അതിനെക്കുറിച്ചുണ്ടാകേണ്ട സുപ്രധാന പാഠങ്ങളും അനുഭവങ്ങളും സംഗ്രഹിക്കേണ്ടത് ആവശ്യമാണെന്ന് ചെയ്ക്ക് തോന്നുന്നു. അൾജീരിയയിലെ പ്രസംഗം കഴിഞ്ഞ് ഏതാനും ദിവസങ്ങൾക്കുള്ളിലാണ് അദ്ദേഹം ഈ കത്തെഴുതുന്നത്; കോംഗോയിലെ വിപ്ലവസമരത്തിൽ അദ്ദേഹം സ്വയം ഭാഗഭാക്കാകുന്നതിനു തൊട്ടുമുമ്പ്, സാമൂഹ്യ പരിവർത്തനത്തിന്റെ പ്രശ്നത്തെക്കുറിച്ചും സോഷ്യലിസ്റ്റ് രാഷ്ട്രങ്ങളിൽ സംഭവിക്കുന്ന ചില

തെറ്റുകളും അനൗചിത്യങ്ങളും സോഷ്യലിസ്റ്റ് നിർമാണപ്രക്രിയയെ ത്തന്നെ ബാധിക്കുന്നത് എന്തുകൊണ്ട് എന്നതിനെക്കുറിച്ചും ഐതി ഹാസികമായ ഈ കത്തിൽ പരിശോധിക്കുന്നുണ്ട്.

ഈ പുസ്തകത്തിൽ ഉൾപ്പെടുത്തിയിട്ടുള്ള മറ്റു ലേഖനങ്ങളിൽ നിന്നു വളരെ വ്യത്യസ്തമായ സാഹചര്യങ്ങളിൽ എഴുതപ്പെട്ട, 1967 ഏപ്രിൽ 16 ന് ആദ്യമായി പ്രസിദ്ധീകരിക്കപ്പെട്ട, ചെയുടെ വളരെ യേറെ പ്രസിദ്ധമായ ഒരു കൃതിയാണ് *ട്രൈകോൺടിനെന്റലിനുള്ള സന്ദേശം*. ഈ സമയമായപ്പോഴേക്ക്, അദ്ദേഹം ബൊളീവിയയിൽ പോരാട്ടം നടത്തിക്കൊണ്ടിരിക്കുകയായിരുന്നു. ചെയുടെ സിദ്ധാന്ത ങ്ങളുടെ നൈരന്തര്യം തെളിയിക്കുന്നതിനുവേണ്ടിയാണ് ഈ രചന ഈ പുസ്തകത്തിൽ ഉൾക്കൊള്ളിച്ചിരിക്കുന്നത്. സമരത്തിന്റെ സന്ദർ ഭത്തിൽ എഴുതിയതായതുകൊണ്ട്, വൈരുധ്യങ്ങളും പൊരുത്തക്കേ ടുകളും നിറഞ്ഞ ഒരു ലോകത്തിൽ ചർച്ച ചെയ്യപ്പെടുന്ന പ്രശ്നങ്ങ ളോടു പ്രതിവചിക്കുന്ന വിശകലനമാണ് അദ്ദേഹം ഇവിടെ അവത രിപ്പിക്കുന്നത്. മൂന്നാം ലോകത്തിലെ വിപ്ലവസമരങ്ങളിൽ അനുവർ ത്തിക്കേണ്ട തന്ത്രങ്ങളും അടവുകളും അദ്ദേഹം വിശദമായിത്തന്നെ പരാമർശിക്കുന്നു.

ഈ പുസ്തകത്തിൽ ഉൾപ്പെടുത്തിയിട്ടുള്ള ലേഖനങ്ങളിൽ ഓരോന്നിന്റെയും വിശദമായ പഠനം കാണിക്കുന്നത്, വിപ്ലവത്തെ സം ബന്ധിച്ച് അദ്ദേഹത്തിനുള്ള ദാർശനികവും സാമ്പത്തികവും രാഷ്ട്രീ യവുമായ തന്ത്രത്തിന്റെ അടിസ്ഥാനമായി അവ വർത്തിക്കുന്നു എ ന്നാണ്. അടിയന്തര പ്രാധാന്യത്തിന് അപ്പുറമുള്ള ചരിത്രപരമായ ഒരു വീക്ഷണം അതിനുണ്ട്; കൂടുതൽ വിപുലമായ ഒരു പദ്ധതിയുടെ അടിത്തറ അതിനടിയിൽ കാണാം. യുവ പ്രവർത്തകൻ എന്ന നില യിൽ ചെയ്ക്കുണ്ടായിരുന്ന വൈയക്തികമായ അനുഭവങ്ങളോടെ യാണ് ആ പ്രക്രിയ ആരംഭിച്ചത്. ക്യൂബയിലെ വിപ്ലവസമരത്തിൽ ചേരാൻ ചെ ഗുവേര തീരുമാനിച്ചപ്പോൾ സംയുക്തസമരത്തിന്റെ ഭാ ഗമാവാൻ അദ്ദേഹത്തെ പ്രാപ്തനാക്കിയത് അതാണ്. മറ്റു നാടുക ളിലെ സമരങ്ങളിൽ അദ്ദേഹം വഹിച്ച പങ്കാളിത്തത്തിലും ഇതിന്റെ സ്വാധീനം വ്യാപകമായിക്കാണാം.

ചെയുടെ ആശയങ്ങളിൽനിന്ന് ഉരുത്തിരിഞ്ഞ രാഷ്ട്രീയ പ്രവർ ത്തനത്തിലൂടെയാണ് അദ്ദേഹത്തിന്റെ ബൗദ്ധികവികാസം മൂർത്ത മായിത്തീർന്നത് എന്ന വസ്തുത, ഈ വിശകലനത്തിന്റെ ഭാഗമെന്ന നിലയിൽ ഊന്നിപ്പറയേണ്ടത് അത്യാവശ്യമാണ്. ചെയുടെ ചിന്തയു ടെയും പ്രവർത്തനങ്ങളുടെയും കേന്ദ്രസ്ഥാനത്തുണ്ടായിരുന്നത് അഗാ ധമായ മനുഷ്യസ്നേഹമായിരുന്നു; അദ്ദേഹത്തിന്റെ ലാറ്റിൻ അമേ രിക്കൻ വികാരത്തെ നയിച്ചത് അതായിരുന്നു; കടുത്ത സാമ്രാജ്യത്വ വിരുദ്ധ വികാരത്തോടൊപ്പം മാർക്സിസത്തോടുള്ള അഗാധമായ അടുപ്പത്തിലേക്ക് അദ്ദേഹത്തെ കൊണ്ടെത്തിച്ചതും അതുതന്നെയാ

ണ്. അദ്ദേഹത്തെ ക്യൂബൻ വിപ്ലവത്തിലേക്കു കൊണ്ടെത്തിച്ചതും പിൽക്കാലത്ത് മൂന്നാം ലോകത്തിലെ വിപ്ലവസമരങ്ങളെക്കുറിച്ചുള്ള അദ്ദേഹത്തിന്റെ ആശയങ്ങൾക്ക് രൂപംനൽകിയതും അതുതന്നെയാണ്; ആക്രമണത്തിനുള്ള ആയുധമെന്ന നിലയിൽ വിപ്ലവ ധാർമിക ബോധവും മാനവരാശിയുടെ വിമോചനത്തിനായുള്ള ധാർമിക ത്വരയും അതിനു വഴികാട്ടിയായിത്തീർന്നു.

ചെയുടെ സിദ്ധാന്തത്തിലും പ്രവർത്തനങ്ങളിലും പ്രതിഫലിച്ചു കണ്ട അന്തർലീനമായ ഈ ധാർമികബോധമാണ്, ആധുനിക ലോകത്തിൽ അദ്ദേഹത്തിന്റെ ആശയങ്ങൾക്കു ലഭിച്ച വ്യാപകമായ സ്വീകാര്യതക്കും പിന്തുണക്കും അടിസ്ഥാനം. ആഗോളനീതിയെക്കുറിച്ചുള്ള അദ്ദേഹത്തിന്റെ ദർശനത്തിന് ദീർഘവീക്ഷണം നൽകുന്നത് അതാണ്; സിദ്ധാന്തത്തിന്റെ അടിസ്ഥാനത്തിൽ, തന്റെ കാലത്തിന് എത്രയോ മുന്നിലായിരുന്നു ചെ എന്ന് അതു തെളിയിക്കുകയും ചെയ്യുന്നു.

ഈ കൃതികളിലൂടെ അദ്ദേഹത്തിന്റെ വാദമുഖങ്ങളെ പിന്തുടർന്ന് നാം ചെല്ലുകയാണെങ്കിൽ, നിലവിലുള്ള വ്യവസ്ഥയെ തൂത്തെറിയുന്നതിനും ഒരു പുതിയ സാമൂഹ്യ മാതൃക സൃഷ്ടിക്കുന്നതിനും ഉള്ള സമരത്തിലെ നിർണായക ഘടകങ്ങളെന്ന് അദ്ദേഹം കണക്കാക്കിയ ദൃഢമായ വസ്തുതകൾ ഏതൊക്കെയാണെന്ന് നമുക്കു കണ്ടെത്താൻ കഴിയും. സോഷ്യലിസത്തിനുവേണ്ടിയുള്ള സമരത്തിന്റെ രൂപരേഖയുടെ കാര്യത്തിൽ ചെയുടെ ആശയങ്ങൾ സവിശേഷ ശ്രദ്ധയാകർഷിക്കുന്നുണ്ട്—അധികാരം നേടുന്നതിനെ സംബന്ധിച്ച വീക്ഷണത്തിന്റെ കാര്യത്തിലും സമരത്തിൽ പങ്കെടുക്കുന്ന കാര്യത്തിലും ആണത്. "യഥാർഥ സോഷ്യലിസം" എന്നു പറയുന്ന അനിവാര്യമായ അവസ്ഥ, ഇതിനെ കൂടുതൽ തീക്ഷ്ണമാക്കുന്നുണ്ട്—പ്രത്യേകിച്ചും സോവിയറ്റ് സോഷ്യലിസ്റ്റ് ബ്ലോക്കിന്റെയും ആരംഭത്തിലെ വിപ്ലവ മൂല്യങ്ങളിൽനിന്ന് അതിനെ പതുക്കെപ്പതുക്കെ അകറ്റിയ പ്രക്രിയകളുടെയും പശ്ചാത്തലത്തിൽ.

സോഷ്യലിസ്റ്റ് ലോകത്തിൽ എന്താണ് സംഭവിച്ചുകൊണ്ടിരിക്കുന്നതെന്ന്, അതിന്റെ വികസനത്തിന്റെ വിവിധ ഘട്ടങ്ങൾ വിലയിരുത്തിക്കൊണ്ട്, ചെ, സമഗ്രമായി വിശകലനം ചെയ്യുന്നുണ്ട്. സാമ്പത്തിക ശാസ്ത്രത്തെ സംബന്ധിച്ച ഒരു അന്താരാഷ്ട്ര ചർച്ച, ഒരു സോഷ്യലിസ്റ്റ് രാജ്യത്തിൽവച്ചാണ്, അദ്ദേഹം ആദ്യമായി ആരംഭിച്ചത്. ചെ കേന്ദ്ര കഥാപാത്രമായിക്കൊണ്ടുള്ള ഒരു വിവാദമായിരുന്നു അത്. വിവിധ യോഗങ്ങളിൽ അദ്ദേഹം നടത്തിയ അഭിപ്രായങ്ങളിലൂടെയും ദൈനംദിന പ്രവർത്തന യോഗങ്ങളിൽ നടത്തിയ അഭിപ്രായപ്രകടനങ്ങളിലൂടെയും അദ്ദേഹത്തിന്റെ ആശയങ്ങൾ കൂടുതൽ വികസിപ്പിക്കപ്പെട്ടു. വ്യവസായ മന്ത്രാലയത്തിന്റെ ദ്വിമാന യോഗങ്ങളുടെ " സുപ്രസിദ്ധമായ" മിനുട്ട്സിൽ അവ രേഖപ്പെടുത്തിയിട്ടുണ്ട്. ചിന്തോ

ദ്വീപകങ്ങളായ ആശയങ്ങൾ നിറഞ്ഞതാണത്. ചെയുടെ അൾജീരിയാ പ്രസംഗത്തിൽ പിന്നീട് അവതരിപ്പിക്കപ്പെട്ട പ്രശ്നങ്ങൾ അദ്ദേഹം പലപ്പോഴും ചർച്ച ചെയ്യുമായിരുന്നു. വളരെ വ്യക്തമായ ഒരു ഉദ്ദേശ്യത്തോടുകൂടി മേൽപറഞ്ഞ പ്രസംഗത്തിൽ ഈ ആശയങ്ങളെല്ലാം അദ്ദേഹം വിശദമായി വിവരിച്ചു. എന്നുമാത്രമല്ല, ഈട്ടം കൂടിക്കൊണ്ടിരിക്കുന്ന അളവറ്റ പ്രശ്നങ്ങളുടെ പ്രാധാന്യത്തെക്കുറിച്ച് വേണ്ടത്ര ബോധം ഉണ്ടാക്കുന്നില്ലെങ്കിൽ, അവികസിത ലോകത്തിന് മുരടിപ്പിൽ നിന്നു സ്വയം പുറത്തുകടക്കാൻ കഴിയില്ലെന്ന് അദ്ദേഹം മുന്നറിയിപ്പു നൽകുകയും ചെയ്തു.

1960 കളിൽ ചെ എത്തിച്ചേർന്ന നിഗമനങ്ങളെക്കുറിച്ച് വളരെയേറെ എഴുതപ്പെട്ടിട്ടുണ്ട്. "നിലവിലുള്ള സോഷ്യലിസ"ത്തിന്റെ സന്ദർഭത്തിൽനിന്ന് അടർത്തിയെടുക്കപ്പെട്ട അവ, നാസ്തികമായോ അഥവാ നിയതമായ മനഃസ്പർധയായോ കണക്കാക്കപ്പെട്ടു. ചെയുടെ യഥാർഥ വിപ്ലവസിദ്ധാന്തങ്ങളുടെ ഫലമായി ഈ കാലഘട്ടത്തിൽ അദ്ദേഹം നടത്തിയ സൈദ്ധാന്തിക മുന്നേറ്റങ്ങളെക്കുറിച്ചും അദ്ദേഹത്തിന്റെ ആശയങ്ങളുടെ യഥാർഥ മൗലികതയെക്കുറിച്ചും അവയുടെ സർവാതിശായിത്വത്തെക്കുറിച്ചും മനസിലാക്കുന്ന കാര്യത്തിൽ ഈ വിലയിരുത്തലുകൾ മിക്കവയും പരാജയപ്പെടുകയാണുണ്ടായത്.

തന്റെ ചില ആശയങ്ങളെ വളരെവേഗത്തിൽ വികസിപ്പിക്കുന്നതിനും പരിഷ്കരിക്കുന്നതിനും മാർക്സിസത്തിലുള്ള ചെയുടെ അവഗാഹം അദ്ദേഹത്തെ സഹായിച്ചു. ചെയുടെ ചിന്തകളുടെ സൈദ്ധാന്തിക മാനങ്ങൾ, അവയുടെ സ്വന്തം നിലയ്ക്ക് പരിഗണിക്കുന്നതിനും ഇന്നത്തെ കാലഘട്ടത്തിൽ അവയ്ക്കുള്ള പ്രസക്തി ഉയർത്തിക്കാണിക്കുന്നതിനും അവയെ ശരിയാംവിധം കണ്ടെത്തേണ്ടതും അവയെക്കുറിച്ച് സമഗ്രമായി പഠനം നടത്തേണ്ടതും ചർച്ച ചെയ്യേണ്ടതും ആവശ്യമായിത്തീർന്നിരിക്കുന്നു.

ചെയുടെ സൈദ്ധാന്തികമായ വികാസത്തെക്കുറിച്ച് കൂടുതൽ നല്ല നിലയിൽ മനസിലാക്കുന്ന കാര്യത്തിൽ സുപ്രധാനമായ സംഭാവന നൽകുന്നതിന് ഈ കൃതികൾക്കു കഴിയും എന്ന വിശ്വാസത്തിന്റെ അടിസ്ഥാനത്തിലാണ്, ഇവ പ്രസിദ്ധീകരിക്കുന്നതിന് ഞങ്ങൾ പ്രതിജ്ഞാബദ്ധത കാണിക്കുന്നത്. അവയുടെ ഉള്ളടക്കത്തെ സംബന്ധിച്ച് വിപുലമായ ഒരു വിശകലനത്തിനു ഞങ്ങൾ തുനിയുന്നില്ല; മറിച്ച്, യഥാർഥമായ സോഷ്യലിസ്റ്റ് ബദലിന് ചെ നൽകിയ സംഭാവനയുടെ വളർച്ചയും പ്രാധാന്യവും സംക്ഷിപ്തമായി എടുത്തുകാണിക്കാനാണ് ശ്രമിക്കുന്നത്.

രാഷ്ട്രീയവും സാമ്പത്തികവും തമ്മിലുള്ള ബന്ധം ചെ എടുത്തു കാണിക്കുന്നതാണ്, ഈ സമാഹാരത്തിന്റെ, മറ്റൊരു സുപ്രധാന വശം—ഒന്നു മറ്റേതിൽനിന്ന് വേർതിരിക്കാനാവില്ല എന്ന് അദ്ദേഹം തറപ്പിച്ചുപറയുന്നു. അദ്ദേഹത്തിന്റെ എല്ലാ പ്രസംഗങ്ങളിലും സൈ

ദ്ധാന്തിക രചനകളിലും ആവർത്തിച്ച് എടുത്തുകാണിക്കപ്പെട്ടിട്ടുള്ള ഒരു സ്ഥിരം പ്രമേയമാണത്—അതില്ലെങ്കിൽ, യഥാർഥത്തിലുള്ള സോഷ്യലിസറ്റ് പരിവർത്തനം തടയപ്പെടും. അർഥശാസത്രത്തെ സംബന്ധിച്ച് ഇങ്ങനെയൊരു ധാരണയില്ലെങ്കിൽ, ചെയുടെ കൃതികൾ വെറും വാചകമടിയായി, അക്കാദമിക് അഭ്യാസമായി ചുരുങ്ങിപ്പോകും.

1960 ൽ അദ്ദേഹം എഴുതിയ "രാഷ്ട്രീയ പരമാധികാരവും സാമ്പത്തിക സ്വാതന്ത്ര്യവും" എന്ന പ്രബന്ധവും 1961 ൽ പന്റാ ഡെൽ എസ്തെയിലും 1964 ൽ ജനീവയിലും ഐക്യരാഷ്ട്രസഭയിലും ചെയ്ത പ്രസംഗങ്ങളും തൊട്ട്, 1965 ഫെബ്രുവരിയിൽ അൾജീരിയയിൽവച്ച് ചെയ്ത പ്രസംഗം വരെ, അദ്ദേഹം പൊതുവായ ഒരു വാദമുഖം തന്നെയാണ് അവതരിപ്പിച്ചുകൊണ്ടിരുന്നത്—യഥാർഥമായ ദേശീയ പരമാധികാരം നേടാനുള്ള ഒരേയൊരു വഴി, ആദ്യം രാഷ്ട്രീയ സ്വാതന്ത്ര്യം നേടുകയും ക്രമേണ സാമ്പത്തിക സ്വാതന്ത്ര്യത്തിനുവേണ്ടി പ്രവർത്തിക്കുകയും ചെയ്യുക എന്നതാണ് എന്ന വാദമുഖം. അവികസിത വികസ്വരാവസ്ഥകളെ സംബന്ധിച്ച ഈ പരിപ്രേക്ഷ്യത്തിൽനിന്ന്, സാമൂഹ്യപരിവർത്തനത്തിന്റെ അനിവാര്യതയെക്കുറിച്ച് ചെ ബോധവാനായിരുന്നു എന്ന് സിദ്ധാന്തിക്കുന്നു. സാമ്രാജ്യത്വത്തിനെതിരായ വിട്ടുവീഴ്ചയില്ലാത്ത അദ്ദേഹത്തിന്റെ നിലപാടിനോടും മൂന്നാം ലോകത്തിലെ വിപ്ലവത്തിനുള്ള അദ്ദേഹത്തിന്റെ ആഹ്വാനത്തോടും പിൽക്കാലത്ത് കൂട്ടിച്ചേർക്കപ്പെട്ട ഏറ്റവും മൗലികമായ ആശയങ്ങൾ നമുക്ക് വ്യക്തമായി കാണാൻ കഴിയുന്നത് ഈ പശ്ചാത്തലത്തിലാണ്.

ചെയുടെ പ്രധാന ആശയങ്ങൾക്ക് ശരിക്കുമൊരു നൈരന്തര്യമുണ്ട്. ആദ്യം സാങ്കൽപ്പിക സിദ്ധാന്തമായി പ്രത്യക്ഷപ്പെടുന്ന അനിവാര്യമായ ചില പ്രമേയങ്ങൾ പിന്നീട് അദ്ദേഹത്തിന്റെ സൈദ്ധാന്തിക ചട്ടക്കൂടിന്റെ സമർഥക ഘടകങ്ങളായിത്തീരുന്നു. വിപ്ലവ പ്രക്രിയയുടെ മാർഗം നിശ്ചയിക്കുന്നത് പേരിനുള്ള പ്രവർത്തനമല്ലെന്നും മറിച്ച്, ഓരോ ഘടകത്തിന്റെയും ആപേക്ഷിക പ്രാധാന്യത്തെക്കുറിച്ചുള്ള മൂർത്തമായ വിശകലനമാണെന്നും അദ്ദേഹം വ്യക്തമായി സ്ഥാപിക്കുന്നുണ്ട്. ഈ അർഥത്തിൽ പറഞ്ഞാൽ, വിപ്ലവശക്തികൾ അധികാരം കയ്യടക്കുന്നത് ലോകവ്യാപകമായ ഒരു ലക്ഷ്യമാണെന്നും ഭാവിക്കുവേണ്ടിയുള്ള സമരം വിപ്ലവത്തിന്റെ തന്ത്രപരമായ ഘടകമാണെന്നും ഉള്ള നിഗമനത്തിൽ അദ്ദേഹം എത്തിച്ചേരുമ്പോൾ കൂടുതൽ വിശാലമായ ഒരു പരിപ്രേക്ഷ്യത്തിലേക്കാണ് അദ്ദേഹം വെളിച്ചം വീശുന്നത്.

ഈ ചുവടുപിടിച്ചുകൊണ്ട്, വിപ്ലവശക്തികൾ പൂർണമായും സാർവദേശീയതലത്തിൽത്തന്നെ പങ്കെടുക്കണമെന്നും അങ്ങനെ ഭാവിയിലേക്കുള്ള മാർഗം കാണിച്ചുതരേണ്ടത് സോഷ്യലിസ്റ്റ് ലോകമാണെന്നും അദ്ദേഹം വാദിച്ചു. അവികസിതവും വികസ്വരവുമായ ലോ

കത്തോട് ഐക്യദാർഢ്യവും അവയ്ക്ക് പിന്തുണയും നൽകാൻ സോഷ്യലിസ്റ്റ് രാജ്യങ്ങൾ മുന്നോട്ടുവരുന്നില്ലെങ്കിൽ അതിനർഥം പിന്തിരിപ്പൻ ശക്തികളെ അവർ പ്രീണിപ്പിക്കുകയാണെന്നു മാത്രമല്ല, യഥാർഥത്തിൽ അത്തരം ശക്തികളുടെ കുറ്റകൃത്യങ്ങളിൽ പങ്കാളികളാണെന്നുകൂടിയാണ് എന്ന നിഗമനത്തിലേക്കാണിത് നയിച്ചത്.

നിലവിലുള്ള വ്യവസ്ഥയെ തകർക്കുകയും പുതിയ ഒരു സാമൂഹ്യക്രമം കെട്ടിപ്പടുക്കുകയും ചെയ്യാനുതകുന്ന സാഹചര്യം എന്തെന്ന് നിശ്ചയിക്കുന്നതിലേക്ക് ചെയെ നയിച്ചത് ഇതാണ്. ഈ സമരത്തിൽ മുഖ്യ ശത്രു ആരെന്ന് അദ്ദേഹം ചൂണ്ടിക്കാണിച്ചു; വിപ്ലവത്തിനും പിന്തിരിപ്പൻ ശക്തികൾക്കും തമ്മിലുള്ള ബന്ധമെന്തെന്നും അദ്ദേഹം വിവരിച്ചു. രാഷ്ട്രീയാധികാരം പിടിച്ചെടുത്തുകഴിഞ്ഞാൽ പിന്നീടുള്ള ഓരോ പ്രവർത്തനവും ദേശീയ പരമാധികാരം (അത് സാമ്പത്തിക സ്വാതന്ത്ര്യത്തെ അടിസ്ഥാനമാക്കിക്കൊണ്ടായിരിക്കണം) നേടുന്നതിൽ കേന്ദ്രീകരിച്ചുകൊണ്ടുള്ളതായിരിക്കണം എന്ന് ഊന്നിപ്പറയുകയുണ്ടായി.

രാഷ്ട്രീയ പരമാധികാരത്തെയും സാമ്പത്തിക സ്വാതന്ത്ര്യത്തെയും സംബന്ധിച്ച ചെയുടെ ആശയങ്ങൾ വളരെമുമ്പുതന്നെ, അതായത് മുമ്പു സൂചിപ്പിച്ച, അദ്ദേഹം 1960 മെയ് 20 ന് എഴുതിയ ലേഖനത്തിൽത്തന്നെ, മുന്നോട്ടുവയ്ക്കപ്പെട്ടിരുന്നു. സമ്പൂർണമായ പരമാധികാരത്തിന് ഘടനാപരമായ ഒരു പരിവർത്തനം ആവശ്യമാണെന്ന് അദ്ദേഹം വാദിച്ചു. അതുകൊണ്ടാണ്, ജനകീയാധികാരം നേടുന്നതിലൂടെയും ആ പ്രക്രിയ സംഭവിക്കുന്ന ഗതിക്രമത്തിൽ ബഹുജനങ്ങൾക്ക് പൂർണമായും പങ്കാളിത്തം ലഭിക്കുന്നതിലൂടെയും മാത്രമേ ഈ മാറ്റങ്ങൾ വരുത്താനാകൂ എന്ന ആശയം അദ്ദേഹം അവതരിപ്പിച്ചത്.

കാർഷിക പരിഷ്കാരം തുടങ്ങിയുള്ള അടവുപരമായ ലക്ഷ്യങ്ങളെക്കുറിച്ച് അദ്ദേഹം പറയുകയുണ്ടായി. അത്തരം പരിഷ്കാരങ്ങളാകട്ടെ, രാജ്യത്തിന്റെ വ്യവസായവൽക്കരണത്തിനും വിദേശ വ്യാപാരത്തിന്റെ വൈവിധ്യവൽക്കരണത്തിനും അടിസ്ഥാനമായിത്തീരുകയും ചെയ്യും. ഈ വിഷയത്തെ സംബന്ധിച്ച അദ്ദേഹത്തിന്റെ എല്ലാ കൃതികളിലും വ്യാപിച്ചുകിടക്കുന്ന ഒരു പ്രശ്നമാണിത്. ഈ ചട്ടക്കൂടിൽനിന്നുകൊണ്ട്, സാമ്പത്തിക സമരങ്ങൾ പ്രാഥമിക യുദ്ധഭൂമികളാണെന്ന് അദ്ദേഹം കണ്ടെത്തി; എല്ലാവരുടെയും ത്യാഗവും കൂട്ടായ ധീരസാഹസികതയും ആവശ്യമുള്ള ഒരു യുദ്ധത്തിന്റെ ഭാഗമാണിതെന്ന് അദ്ദേഹം കണക്കാക്കി.

കൈവരിച്ച സാമ്പത്തിക വിജയങ്ങൾ, ദേശീയ പരമാധികാരം എന്ന തന്ത്രപരമായ പ്രധാന ലക്ഷ്യം കൈവരിക്കുന്നതിനുള്ള നിർണായക ഘടകങ്ങളായിത്തീരുമെന്ന് അദ്ദേഹം വീണ്ടും വീണ്ടും ഊന്നിപ്പറഞ്ഞു. ഈ മാർഗം ക്യൂബയെ സംബന്ധിച്ചിടത്തോളം മാത്രമല്ല,

ഏറെയൊന്നും വികസിതമായിട്ടില്ലാത്ത ലോകത്തിനാകെത്തന്നെ ബാധകമാണെന്ന് അദ്ദേഹം വ്യക്തമാക്കി. പൊതുവിൽപറഞ്ഞാൽ, കുത്തകകൾ ഏതെങ്കിലും ഒരു പ്രത്യേക രാജ്യത്തിന്റേതു മാത്രമല്ലാത്തതുകൊണ്ട് (അമേരിക്കയുമായി അവയ്ക്കെല്ലാം ദൃഢമായ ബന്ധങ്ങളാണ് ഉള്ളതെങ്കിൽത്തന്നെയും) അവയുടെ അധികാരത്തെ വെല്ലുവിളിക്കേണ്ടതുണ്ട്. അതുകൊണ്ടാണ്, വിമോചനത്തിന്റെ ഏതു മാർഗവും, കുത്തകകൾക്ക് എതിരായ വിജയത്തിൽ അധിഷ്ഠിതമായിരിക്കണം എന്ന് നിഷ്കർഷിക്കുന്നത്.

തന്റെ അവസാന പ്രതികരണങ്ങളിൽ ഈ ആശയങ്ങളെല്ലാം തന്നെ ചെ സമാഹരിക്കുന്നുണ്ട്. 1964 മാർച്ച് 25 ന് ജനീവയിൽ വച്ചു ചേർന്ന വ്യാപാര-വികസന സമ്മേളനത്തിൽ അദ്ദേഹം നടത്തിയ പ്രസംഗവും അതിൽ ഉൾക്കൊള്ളിച്ചിരിക്കുന്നു. ഈ പ്രസംഗത്തിൽ യഥാർഥത്തിൽ അദ്ദേഹം പ്രശ്നത്തിന്റെ അന്തഃസത്ത വിവരിക്കുന്നുണ്ട്. വളരെ വലിയ വൈരുധ്യങ്ങളും പൊരുത്തക്കേടുകളും ഉള്ള സാമ്പത്തിക-സാമൂഹ്യ-രാഷ്ട്രീയ പ്രവണതകളെ പ്രതിനിധീകരിക്കുന്ന രാഷ്ട്രങ്ങളുടെ ഗ്രൂപ്പുകളായി തിരിഞ്ഞുകിടക്കുന്ന ഒരു ലോകത്തിലാണ് നാം ജീവിക്കുന്നതെന്ന് അദ്ദേഹം ഓർമിപ്പിച്ചു. സാമ്പത്തികമായ ആശ്രിതത്വത്തെ നിശ്ചയിക്കുന്ന ആസന്നമായ വിനിമയം പോലുള്ള വൈരുധ്യങ്ങളാണ് നിലവിലുള്ളത്.'

ചെ കൈകാര്യം ചെയ്യുന്ന പ്രശ്നങ്ങൾ ആവിഷ്കരിക്കപ്പെട്ടിട്ട് 40 വർഷം കഴിഞ്ഞുവെങ്കിലും അവയിപ്പോഴും വ്യാപകമായി അറിയപ്പെടുന്നില്ല. അതുകൊണ്ട്, അദ്ദേഹത്തിന്റെ ആശയങ്ങൾക്ക് ഇന്ന് ഇത്രയധികം പ്രസക്തിയുണ്ടെന്ന കാര്യം ഒരുപക്ഷെ ആശ്ചര്യകരമായിരിക്കും. ഉദാഹരണത്തിന്, അക്കാലത്ത് സാമ്രാജ്യത്വ മേധാവിത്വത്തിന്റെ ഒരു പുതിയ രൂപമായിരുന്ന അന്താരാഷ്ട്ര ഫിനാൻഷ്യൽ-വായ്പാ സംഘടനകളുടെ പങ്കിനെക്കുറിച്ച് അദ്ദേഹം നിരന്തരം സൂചിപ്പിക്കുന്നതായി കാണാം. ഈ വിശകലനത്തിന്റെ ഭാഗമെന്ന നിലയിൽ അദ്ദേഹം ഇങ്ങനെ എഴുതി:

> മുതലാളിത്തലോകത്തെ സംബന്ധിച്ചിടത്തോളം ഡോളറിന്റെ സംരക്ഷകനായിട്ടാണ് ഐ എം എഫ് പ്രവർത്തിക്കുന്നത്. അവികസിതരാജ്യങ്ങളിലേക്ക് നുഴഞ്ഞുകയറുന്നതിനുള്ള ഒരു ഉപാധി എന്ന നിലയിലാണ് ഇന്റർനാഷണൽ റീകൺസ്ട്രക്ഷൻ ആന്റ് അഗ്രിക്കൾച്ചർ ബാങ്ക് പ്രവർത്തിക്കുന്നത്; ഇന്റർ-അമേരിക്കൻ ഡവലപ്മെന്റ് ബാങ്ക് ആകട്ടെ, അമേരിക്കൻ വൻകരയിൽ ദുഃഖകരമായ ഈ പങ്ക് നിറവേറ്റുന്നു. ഈ സംഘടനകളെ ഭരിക്കുന്ന നിയമങ്ങളും തത്ത്വങ്ങളും ആകട്ടെ, ഏതൊരു രാജ്യത്തിലെ ജനങ്ങളെയാണോ അവ സഹായിക്കുമെന്ന് കരുതപ്പെടുന്നത്, ആ ജനങ്ങളുടെ താൽപ്പര്യങ്ങൾക്കനുസരിച്ച് പ്രവർത്തിക്കുന്നതായി ഉപരിപ്ലവമായിട്ടാണെങ്കി

ലും തോന്നിക്കുകയും ചെയ്യുന്നു. സാർവദേശീയ സാമ്പത്തിക ബന്ധങ്ങളുടെ മേഖലയ്ക്കുള്ളിൽ പരസ്പര ധർമവും നീതിയും സംരക്ഷിക്കുന്നു എന്ന നിലയ്ക്കാണ് അവയ്ക്ക് പ്രോത്സാഹനം നൽകപ്പെടുന്നത്. പക്ഷെ, യഥാർഥത്തിൽ, ചൂഷണവും പിന്നോക്കാവസ്ഥയും സ്ഥായിയാക്കി നിലനിർത്താൻ ഉപയോഗിക്കുന്ന നിഗൂഢമായ വെറും ഉപകരണങ്ങൾ മാത്രമാണവ.[1]

തിരിഞ്ഞുനോക്കുമ്പോൾ അസന്തുലിതമായ വിനിമയത്തെക്കുറിച്ചുള്ള ചെയുടെ കേന്ദ്ര വാദമുഖം, അൾജീരിയയിൽവച്ച് അദ്ദേഹം നടത്തിയ പ്രസംഗത്തിൽ ഏറ്റവും സംക്ഷിപ്തമായി പ്രകടമാക്കിയിട്ടുള്ളതായിക്കാണാം. സ്വാതന്ത്ര്യത്തിലേക്കുള്ള മാർഗം അവലംബിക്കുന്ന രാജ്യങ്ങളുടെ വികസനവും സോഷ്യലിസ്റ്റ് രാജ്യങ്ങളെ സംബന്ധിച്ചിടത്തോളം ഇതിനു വേണ്ടിവരുന്ന ചെലവും തമ്മിൽ ഉണ്ടായിരിക്കേണ്ട ബന്ധത്തെക്കുറിച്ച് അദ്ദേഹം തന്റെ പ്രസംഗത്തിൽ പ്രതിപാദിക്കുന്നുണ്ട്. സോഷ്യലിസ്റ്റ് രാജ്യങ്ങൾ സ്വീകരിക്കേണ്ടതായ തത്ത്വാധിഷ്ഠിതമായ നിലപാടിനെക്കുറിച്ച് വളരെ മൂർത്തമായ വിധത്തിൽ, ഒരിക്കൽക്കൂടി അദ്ദേഹം പ്രതിപാദിക്കുന്നുണ്ട്.

ആശ്രിത രാജ്യങ്ങളുടെ വികസനത്തിന് സഹായിക്കുന്നതിനായി, കൂടുതൽ വികസിതങ്ങളായ സോഷ്യലിസ്റ്റ് രാജ്യങ്ങൾ നിർവഹിക്കേണ്ട ത്യാഗങ്ങളെക്കുറിച്ച് ചെ വ്യക്തമായി നിർവചിക്കുന്നുണ്ട്. ഒരു പുതിയ സാമൂഹ്യവ്യവസ്ഥയുടെ നിർമാണം ആസന്നമായിരിക്കെ, സോഷ്യലിസ്റ്റ് രാഷ്ട്രങ്ങളും വികസ്വരരാജ്യങ്ങളും തമ്മിലുള്ള സാർവദേശീയ ബന്ധങ്ങളിൽ ഇത് യഥാർഥമായ വിപ്ലവ മാറ്റങ്ങൾ വരുത്തിത്തീർക്കുന്നതെങ്ങനെയെന്ന് അദ്ദേഹം വിശദീകരിച്ചു.

ദേശീയവിമോചനം മാത്രമല്ല ആഗോളതലത്തിലുള്ള വിമോചനവും നേടുന്നതിനുള്ള ഒരേയൊരു മാർഗം എന്ന നിലയിൽ പരിവർത്തനത്തിനുള്ള ഭാവിപദ്ധതികളുടെ ഗതി നിയന്ത്രിക്കുന്ന പുതിയ മൂല്യങ്ങളെയും പുതിയ ദൃഢബന്ധങ്ങളെയും വിശദീകരിക്കുന്നതിനായി, വ്യക്തമായ ആ ഒരൊറ്റ ലക്ഷ്യം വച്ചുകൊണ്ട്, അദ്ദേഹം സദാചാരം, സാമ്പത്തികം, രാഷ്ട്രീയം എന്നിവയെ സമന്വയിപ്പിച്ചു. ത്യാഗം കൊണ്ടും ഐക്യദാർഢ്യം കൊണ്ടും "ഞാനെന്ന ഭാവ"ത്തെയും വ്യക്തിപ്രഭാവ സിദ്ധാന്തത്തെയും നേരിട്ടുകൊണ്ടായിരിക്കണം ഈ മാറ്റം കൈവരിക്കേണ്ടത്.

തന്റെ വാദമുഖങ്ങളുടെ സങ്കീർണതയെയും നിരവധി സോഷ്യലിസ്റ്റ് രാഷ്ട്രങ്ങളുടെ നിലപാടുകളെയും കുറിച്ച് വ്യക്തമായ ധാരണയുണ്ടായിരുന്ന ചെ, സ്വാതന്ത്ര്യത്തിനുവേണ്ടിയുള്ള ഈ സമരത്തിൽ ഒരാൾക്കും സാമ്പത്തിക പ്രശ്നങ്ങളോടും സായുധ ഏറ്റുമുട്ടലുകളോടും നിസംഗത പുലർത്താൻ കഴിയില്ലെന്ന് (അക്കാലത്ത് വിയത്നാമിൽ നടന്നുകൊണ്ടിരുന്ന സായുധ ഏറ്റുമുട്ടലുകളെപ്പോ

ലെയുള്ളവ) നിരന്തരം മുന്നറിയിപ്പുനൽകിക്കൊണ്ടിരുന്നു. ഏതൊരു പരാജയത്തെയുംപോലെതന്നെ, ഏതൊരു വിജയവും എല്ലാവർക്കും ബാധകമായതാണെന്നായിരുന്നു അദ്ദേഹത്തിന്റെ ആശയം.

ചെയുടെ നിലപാട്, ഇങ്ങനെ വ്യക്തമായി നിർവചിക്കപ്പെട്ടു:

> ഈ സമരത്തിൽ, മരണംവരെ, അതിരുകളൊന്നുമില്ല. ലോകത്തിൽ എവിടെയും സംഭവിച്ചുകൊണ്ടിരിക്കുന്നവയോട് നമുക്ക് നിസംഗത പാലിക്കാൻ കഴിയുകയില്ല. കാരണം, സാമ്രാജ്യത്വത്തിനുമേൽ ഏതൊരു രാജ്യം കൈവരിക്കുന്ന വിജയവും നമ്മുടെ വിജയമാണ്; അതുപോലെതന്നെ, ഏതൊരു രാജ്യത്തിന്റെ പരാജയവും, നമ്മുടെയെല്ലാം പരാജയവുമാണ്. തൊഴിലാളിവർഗ സാർവദേശീയത പ്രവൃത്തിയിൽ കൊണ്ടുവരുന്നത്, കൂടുതൽ മെച്ചപ്പെട്ട ഭാവിക്കുവേണ്ടി സമരം ചെയ്യുന്ന ജനതകളുടെ കടമ മാത്രമല്ല; അത് ഒഴിച്ചുകൂടാനാവാത്ത ഒരാവശ്യം കൂടിയാണ്. അവികസിതരാജ്യങ്ങളിലെ ജനങ്ങൾക്കും സോഷ്യലിസ്റ്റ് രാഷ്ട്രങ്ങൾക്കും എതിരായി സാമ്രാജ്യത്വ ശത്രുരാജ്യമോ അമേരിക്കയോ (യു എസ് എ) അല്ലെങ്കിൽ മറ്റേതെങ്കിലും രാജ്യമോ ആക്രമണം നടത്തുകയാണെങ്കിൽ, അവികസിതരാജ്യങ്ങളിലെ ജനങ്ങളും സോഷ്യലിസ്റ്റ് രാജ്യങ്ങളും തമ്മിൽ സഖ്യം ഉണ്ടാക്കേണ്ടത് ആവശ്യമാണെന്ന് പ്രാഥമികയുക്തി സമർഥിക്കുന്നു. അവരെ ഒന്നിപ്പിക്കുന്ന മറ്റൊരു ഘടകവും ഇല്ലെങ്കിൽത്തന്നെ, പൊതുവായ ശത്രു തന്നെ അതിന് ധാരാളമാണ്.[2]

ചെയുടെ ചിന്തയെ സംബന്ധിച്ചിടത്തോളം വിപ്ലവപരമായ മാനവികത അനിവാര്യമാണ്. ഇത് വെറും ധാർമികമായ ഒരു അനിവാര്യത മാത്രമായിരുന്നില്ല; മറിച്ച്, പൊതുശത്രുവിനെതിരായ, സാമ്രാജ്യത്വത്തിനെതിരായ, വിപ്ലവസമരത്തിന്റെ പ്രായോഗികവും വസ്തുനിഷ്ഠവുമായ ആവശ്യമായിരുന്നു. അതുകൊണ്ടാണ്, 1965-നുശേഷം വിയത്നാമിൽ അമേരിക്കൻ സാമ്രാജ്യത്വം നടത്തിയ കടുത്തതും വിപുലവുമായ സൈനിക ഇടപെടലിനുശേഷം, കൂട്ടായ സമരത്തിലൂടെ മാത്രമേ വിജയം കൈവരിക്കാൻ കഴിയൂ എന്ന് വിശദീകരിച്ചുകൊണ്ട്, തന്റെ ആഗോള വിപ്ലവതന്ത്രം *ട്രൈകോൺടിനെന്റലിനുള്ള സന്ദേശം* എന്ന പ്രബന്ധത്തിൽ ചെ സംഗ്രഹിച്ചു ചേർത്തത്.

ഇന്നത്തെ വ്യത്യസ്തങ്ങളായ ചുറ്റുപാടുകളും രീതികളും എന്തുതന്നെയായിരുന്നാലും ശരി, പ്രവർത്തനത്തിനുള്ള ചെയുടെ ആഹ്വാനം മുമ്പൊരിക്കലും ഇത്രത്തോളം പ്രസക്തമായിരുന്നിട്ടില്ല. ആഗോള മുതലാളിത്തത്തിന്റെ സർവസംഹാരകമായ പ്രാഭവങ്ങളുടെ പശ്ചാത്തലത്തിൽ, നമ്മുടെ മുമ്പിലുള്ള ഒരേയൊരു പരിഹാരമാർഗം, ദീർഘമായ സാർവദേശീയ സംഘട്ടനം മാത്രമാണ്. അതിലാകട്ടെ, മൂന്നാംലോകത്തിലെ ജനങ്ങൾ നിർണായകമായ പങ്കുവ

ഹിക്കുകയും ചെയ്യുന്നു. സോഷ്യലിസ്റ്റ് രാഷ്ട്രങ്ങളുടെ സാന്നിധ്യവും പിന്തുണയും കൊണ്ടാണ് ഐക്യം തീരുമാനിക്കപ്പെടുന്നതെന്ന് ചെ തറപ്പിച്ചുപറഞ്ഞിട്ടുമുണ്ട്. ആ രാഷ്ട്രങ്ങൾ തങ്ങളുടെ അഭിപ്രായവ്യത്യാസങ്ങൾ മാറ്റിവയ്ക്കണമെന്നും അങ്ങനെ ചെയ്താൽ അവ ദുർബലങ്ങളാണെന്ന് തോന്നുകയില്ലെന്നും (പ്രത്യേകിച്ചും ലോകത്തെ അഭിമുഖീകരിക്കുന്ന വമ്പിച്ച പ്രശ്നങ്ങളെ നേരിടേണ്ടിവരുമ്പോൾ) അദ്ദേഹം വാദിക്കുന്നു.

ചെയുടെ അഭിപ്രായം അനുസരിച്ച് ഒരു പരിഹാരത്തിനുവേണ്ടിയുള്ള അന്വേഷണം മൗലികമായ തത്ത്വങ്ങളാലും അവയിൽനിന്ന് ഉരുത്തിരിയുന്ന സദാചാരത്താലും നിയന്ത്രിക്കപ്പെടണം. ഇക്കാര്യത്തെക്കുറിച്ച് അദ്ദേഹം ഇങ്ങനെ പ്രസ്താവിക്കുന്നു:

> വിയത്നാം ജനതയോട് ഐക്യദാർഢ്യം പ്രകടിപ്പിക്കുന്ന പുരോഗമന ലോകത്തിന് റോമൻ സർക്കസിലെ കോമാളികളായ മല്ലയുദ്ധക്കാരുടെ കളികളിൽ ആഹ്ലാദം പ്രകടിപ്പിക്കുന്ന തറടിക്കറ്റുകാരുമായി എന്തോ സാമ്യമുണ്ട്. ഇടികൊള്ളുന്നവർ വിജയം നേടണമെന്ന് ആഗ്രഹിച്ചതുകൊണ്ടായില്ല. അവന്റെ/അവളുടെ ഭാഗധേയത്തിൽ നാം പങ്കുവഹിക്കുകയും വേണം. മരണത്തിലായാലും ശരി, വിജയത്തിലായാലും ശരി, ഇരയോടൊപ്പമുണ്ടാവണം.[3]

അവികസിതങ്ങളും വികസിച്ചുകൊണ്ടിരിക്കുന്നതുമായ രാജ്യങ്ങളിലെ ജനങ്ങളും സോഷ്യലിസ്റ്റുകാരും തമ്മിൽ യഥാർഥമായ സഖ്യം വളർത്തിയെടുക്കണം എന്ന ആശയത്തിന്റെ അടിസ്ഥാനം ഈ നിലപാടാണ്. ആഗോള സാമ്രാജ്യവിരുദ്ധ തന്ത്രത്തിനും വിമോചനത്തിനുവേണ്ടിയുള്ള സമരത്തിനും ഇടയിൽ ആവശ്യമായ ഒരു പാലമായും അത് പ്രവർത്തിക്കുന്നു.

സോഷ്യലിസ്റ്റ് ബ്ലോക്ക് അപ്രത്യക്ഷമായതു കാരണം ലോകം ഇന്ന് അഗാധമായ മാറ്റത്തിന് വിധേയമായിത്തീർന്നിരിക്കുന്നു. സോഷ്യലിസ്റ്റ് ക്യാമ്പിനുള്ളിലെ ഭിന്നിപ്പുകൾ മൂലം ഉണ്ടായിത്തീർന്നിരുന്ന അളവറ്റ പ്രശ്നങ്ങളെക്കുറിച്ച് ചെ മുന്നറിയിപ്പ് നൽകിയിരുന്നുവെങ്കിലും അത് ശ്രദ്ധിക്കപ്പെടാതെപോയി. സാർവദേശീയ ശക്തിസന്തുലനത്തിൽ ഉണ്ടായ ഏറ്റവും പ്രധാനപ്പെട്ട മാറ്റം, അമേരിക്ക ഏറ്റവും വലിയ മേധാവിത്വ ശക്തിയായി ഉയർന്നുവന്നു എന്നതാണ്.

ലോകത്തിലുണ്ടായ ആഗോള മാറ്റങ്ങളുടെയും വിവിധ ദശാസന്ധികളുടെയും പ്രാധാന്യം എന്തുതന്നെയായാലും ശരി, ലോകത്തെ നേരിട്ടുകൊണ്ടിരിക്കുന്ന കടുത്ത പ്രശ്നങ്ങൾക്ക് പരിഹാരം തേടിക്കൊണ്ടിരിക്കുന്ന ഇന്നത്തെ പുരോഗമന സാമൂഹ്യപ്രസ്ഥാനങ്ങളും ചെയുടെ വിമോചനസിദ്ധാന്തവും തമ്മിൽ ഒരു നൈരന്തര്യം ഉണ്ടെന്ന കാര്യത്തിൽ സംശയമില്ല. ഈ സമരങ്ങൾക്കുള്ളിൽത്തന്നെ യാഥാർ

ഥ്യത്തെ സംബന്ധിച്ച അഗാധമായ ധാരണയെയും ബോധത്തെയും അടിസ്ഥാനപ്പെടുത്തിക്കൊണ്ടുള്ള ചെയുടെ ചിന്തകളും ദൃഷ്ടാന്തങ്ങളും ഇന്നത്തെ ആഗോളസമരത്തെ സംബന്ധിച്ചിടത്തോളം വളരെ പ്രസക്തങ്ങളാണുതാനും. സാധ്യമായതിൽവച്ച് ഏറ്റവും മെച്ചപ്പെട്ട ലോകത്തിലാണ് നാം ജീവിക്കുന്നതെന്നും സാമ്പത്തിക മാതൃകകൾ നമ്മുടെമേൽ കെട്ടിവയ്ക്കുന്നതിന് സാമ്രാജ്യത്വം അവലംബിക്കുന്ന മാർഗങ്ങളെയും (വൻകിട അന്താരാഷ്ട്ര സ്ഥാപനങ്ങളുടെ കുറിപ്പടിക്കനുസരിച്ച് നമ്മുടെ സമ്പദ്‌വ്യവസ്ഥകളെ പുനഃസംഘടിപ്പിക്കുന്ന രീതികൾ) അവ നമുക്ക് ദുരിതങ്ങളും ശക്തിഹീനതകളും മാത്രമേ വരുത്തിയിട്ടുള്ളൂ എന്ന വസ്തുതയെയും അവഗണിക്കാമെന്നും കരുതുന്ന ആളുകളുമുണ്ട്. ഇത്തരം പ്രശ്നങ്ങളെ അഭിമുഖീകരിക്കേണ്ടിവരുമ്പോൾ, കൂടുതൽ പ്രായോഗികവും കൂടുതൽ സ്വീകാര്യവുമായ മാർഗങ്ങൾ ആരാഞ്ഞേക്കും എന്ന വസ്തുത അവർ വിസ്മരിക്കുകയാണ്.

അധികാരത്തെ അടിസ്ഥാനപ്പെടുത്തിക്കൊണ്ട് സോഷ്യലിസത്തിനുവേണ്ടിയുള്ള സമരം എന്ന ചെയുടെ പൈതൃക സങ്കൽപ്പനം *സോഷ്യലിസവും ക്യൂബയിലെ മനുഷ്യനും* എന്ന പ്രബന്ധത്തിലാണ് സമാഹരിച്ചിട്ടുള്ളത്. ക്യൂബയിലെ ഗറില്ലാ യുദ്ധമുറകളിൽനിന്ന് ചെ ആർജിച്ച അനുഭവങ്ങളിൽനിന്നു തുടങ്ങി, മൂന്നാംലോകത്ത് സോഷ്യലിസ്റ്റ് സമൂഹങ്ങൾ കെട്ടിപ്പടുക്കുക തുടങ്ങിയുള്ള കൂടുതൽ വലിയ ലക്ഷ്യങ്ങളോടുകൂടിയ ആശയങ്ങൾ ഉരുത്തിരിയുന്നതിന് ആവശ്യമായ ബോധം ആവിഷ്കരിച്ച് വളർത്തിക്കൊണ്ടുവരുന്നത് ഉൾപ്പെടെയുള്ള തത്ത്വങ്ങളുടെ തുടക്കം ഇവിടെ കാണാം.

വ്യക്തിയും ബഹുജനങ്ങളും തമ്മിലുള്ള ബന്ധങ്ങൾ, ബഹുജനങ്ങളും ഭരണകൂടവും നേതൃത്വവും, പുതിയ സമൂഹത്തിനുള്ളിൽ ബഹുജനങ്ങളുടെ പങ്കാളിത്തം പൂർണമായും ലഭിക്കുന്നതിന് ആവശ്യമായ ബോധം വളർത്തിയെടുക്കുന്നതിന്റെ പ്രാധാന്യം തുടങ്ങിയുള്ള നിർണായക പ്രശ്നങ്ങൾ അദ്ദേഹം സ്പർശിക്കുന്നുണ്ട്. ധാർമികമായ ഉത്തേജനം, സാമൂഹ്യമായ കടമ എന്ന നിലയിൽ പ്രവൃത്തിയെ സംബന്ധിച്ച പുതിയ സങ്കൽപ്പനം തുടങ്ങിയ മറ്റു സാമൂഹ്യ മാറ്റങ്ങളോടൊപ്പം ബോധവും വളർന്നുവരുന്നുണ്ട് എന്ന് ഉറപ്പുവരുത്തുന്നതിന് ആവശ്യമായ സംവിധാനത്തിന്റെ പ്രാധാന്യത്തെക്കുറിച്ച് അദ്ദേഹം ഊന്നിപ്പറയുന്നുണ്ട്. പുതിയ മൂല്യങ്ങളെ അടിസ്ഥാനപ്പെടുത്തിക്കൊണ്ടുള്ള ഈ പുതിയ ബോധത്തിൽനിന്നാണ് ചെയുടെ പുതിയ മനുഷ്യനും പുതിയ സ്ത്രീയും ഉദയംകൊള്ളുന്നത്. ഈ പുതിയ മൂല്യങ്ങളാകട്ടെ, ധാർമികതയെ സംബന്ധിച്ച പുതിയ ബോധം ഉണ്ടാക്കുന്നു; അത് ഒരു പുതിയ സമൂഹത്തിന്റെ അടിസ്ഥാനമായിത്തീരും. ആ പുതിയ സമൂഹത്തിൽ ഐക്യദാർഢ്യത്തിന്റെ പുതിയ ബന്ധങ്ങൾക്കായിരിക്കും മേധാവിത്വം; അവിടെ ഒരു വ്യക്തി

യുടെ ദൈനംദിന ജീവിതം കൂടുതൽ വിശാലമായ സാമൂഹ്യ ലക്ഷ്യങ്ങൾക്ക് അനുയോജ്യമായിരിക്കും.

ഈ പുതിയ സമൂഹത്തിലെ ലക്ഷ്യങ്ങളുടെയും ഉൽക്കണ്ഠകളുടെയും കേന്ദ്രബിന്ദു വ്യക്തിയായിരിക്കും; ഒരു സോഷ്യലിസ്റ്റ് സമൂഹം കെട്ടിപ്പടുക്കുന്നതിന് ആവശ്യമായ ശാസ്ത്ര-സാങ്കേതിക വികാസത്തിന്റെ നെടുംതൂണുകളായ വിദ്യാഭ്യാസവും സ്വയംവിദ്യാഭ്യാസവും തമ്മിൽ സമ്പൂർണമായ ചേർച്ചയുണ്ടാക്കുന്ന "മഹാവിദ്യാലയ"മായി വർത്തിക്കുന്നത് ആ സമൂഹമാണ്.

"സോഷ്യലിസവും ക്യൂബയിലെ മനുഷ്യനും" എന്നത് മാർക്സിസ്റ്റ് മാനവികതയെ സംബന്ധിച്ച ചെയുടെ ആശയത്തിന്റെ പ്രകടനമാണ്. സോഷ്യലിസം കെട്ടിപ്പടുക്കുന്ന പ്രക്രിയയ്ക്കുള്ളിലെ മൂർത്തമായ പരിതഃസ്ഥിതികൾക്കനുസരിച്ചാണ് അവിടെ വ്യക്തികൾ പ്രവർത്തിക്കുന്നത്. ത്യാഗത്തെയും ഐക്യദാർഢ്യത്തെയും സംബന്ധിച്ച വിപ്ലവാത്മകമായ ധാർമികതയ്ക്കനുസരിച്ചാണ് ഇത് സംഭവിക്കുന്നത്; ഇവിടെ ചിന്തയും പ്രവൃത്തിയും തമ്മിൽ ഒരു സന്തുലനം ആർജിക്കപ്പെടുന്നുണ്ട്.

സോഷ്യലിസത്തിലേക്കുള്ള പരിവർത്തനത്തിൽ ബഹുജനങ്ങളുടെ ബോധപൂർവവും രചനാത്മകവുമായ പ്രവർത്തനത്തിനുള്ള പങ്കിനെക്കുറിച്ചുള്ള ആശയം, ചെയുടെ മാർക്സിസത്തെ സംബന്ധിച്ച പ്രാഥമിക സിദ്ധാന്തങ്ങളിലൊന്നാണ്. ക്യൂബൻ ജനത അധികാരം നേടിയ പ്രക്രിയയെ അംഗീകരിക്കുന്ന സിദ്ധാന്തമാണത്; ആ പ്രക്രിയയിൽ ചെയും നേതാവായിരുന്നുവല്ലോ.

മുതലാളിത്തവിരുദ്ധമായ വിപ്ലവവും വിമോചനവും സംഭവിക്കുന്നതിനോടൊപ്പംതന്നെ, ബോധത്തിന്റെ കാര്യത്തിലുള്ള വിപ്ലവവും മാനവികതയും തമ്മിലുള്ള സംലയനത്തെയും അത് പ്രതിനിധാനം ചെയ്യുന്നുവെന്നതാണ് അദ്ദേഹത്തിന്റെ പ്രധാന വാദമുഖം. പുതിയ ധാർമിക മൂല്യങ്ങൾ ആവിഷ്കരിക്കുന്നതിന് ആവശ്യമായ അടിസ്ഥാന ഉപാധിയാണ് ഈ പുതിയ രാഷ്ട്രീയ സംസ്കാരം; ഈ പുതിയ ധാർമിക മൂല്യങ്ങളാകട്ടെ, ജനങ്ങളുടെ പെരുമാറ്റത്തിൽ യഥാർഥമായ മാറ്റങ്ങൾ വരുത്തിത്തീർക്കുകയും ചെയ്യും.

ഇതിനെ വെറുമൊരു സൈദ്ധാന്തിക വ്യാപാരമായി കണ്ടാൽ പോരാ. മേധാവിത്വം സംബന്ധിച്ച തെറ്റായ നയങ്ങളുടെയും ഭരണകൂടാധികാരത്തിൽനിന്ന് ബഹുജനങ്ങളെ അകറ്റിനിർത്തുന്നതിനുള്ള പ്രവണത വർധിച്ചുവരുന്നതിന്റെയും ഫലമായി ഉളവായ പൊതുവായ മാന്ദ്യത്തിൽനിന്ന് വ്യക്തമായ ഒരു കാര്യമുണ്ട്: വിപ്ലവ മൂല്യങ്ങളിൽ നിന്ന് അകന്നുനിൽക്കുന്ന സോഷ്യലിസത്തിന്റെ നിലവിലുള്ള മാർഗമാണത്. അക്കാര്യം ചെ ചൂണ്ടിക്കാണിക്കുന്നുമുണ്ട്. സമൂഹത്തിനുള്ളിൽ, രാഷ്ട്രീയത്തിലും സമ്പദ്വ്യവസ്ഥയിലും ഉള്ള ജനങ്ങളുടെ പങ്കാളിത്തത്തെ ഭരണകൂടം നാമമാത്രമാക്കി. അതിന്റെ ഫലം പ്ര

സിദ്ധമാണല്ലോ—പ്രവർത്തനക്ഷമമല്ലാത്ത സമ്പദ്വ്യവസ്ഥ; അതിനെക്കാളൊക്കെ പ്രധാനപ്പെട്ടത് യഥാർഥ മാനവിക-സാർവദേശീയ സ്വഭാവങ്ങളോടുകൂടിയ സോഷ്യലിസത്തിന്റെയും മാർക്സിസത്തിന്റെയും നൈസർഗിക തത്ത്വങ്ങൾ ഉപേക്ഷിക്കപ്പെട്ടുവെന്നതാണ്.

മാനവികതയെ സംബന്ധിച്ചിടത്തോളം അതിനുള്ള അർഥത്തെക്കുറിച്ച് തികച്ചും ബോധവാനായ ചെ, ഇങ്ങനെയാണ് തന്റെ ലേഖനം അവസാനിപ്പിച്ചത്:

> ഇന്നത്തെ സ്ഥിതിയിൽ അപകടങ്ങളുണ്ടെന്ന കാര്യത്തിൽ സംശയമില്ല. സൈദ്ധാന്തികമായ മർക്കടമുഷ്ടി മാത്രമല്ല അത്; ഈ മഹത്തായ കടമയ്ക്കിടയിൽ നടുക്കുവച്ച് ബഹുജനങ്ങളുമായിട്ടുള്ള ബന്ധം മരവിപ്പിക്കുക മാത്രമല്ല അത്. നാം ചെന്നുപതിച്ചേക്കാവുന്ന ദൗർബല്യങ്ങളുടെ അപകടങ്ങളുമുണ്ട്. തന്റെ ജീവിതം മുഴുവൻ വിപ്ലവത്തിനുവേണ്ടി ഉഴിഞ്ഞുവയ്ക്കുന്ന ഒരു വ്യക്തി, അതിനു പകരമായി തന്റെ കുട്ടിക്ക് അതില്ല, ഇതില്ല, തന്റെ കുട്ടിയുടെ ഷൂസ് കീറിപ്പോയി, തന്റെ കുടുംബത്തിന് ആവശ്യമായ ചില സാധനങ്ങളില്ല തുടങ്ങിയ വേവലാതികളിൽനിന്നെല്ലാം താൻ മുക്തനായിരിക്കണം എന്ന് ആഗ്രഹിക്കുമ്പോൾ, ഭാവിയിലെ അഴിമതിയുടെ ബീജങ്ങൾ ആ വ്യക്തിയിൽ കടന്നുകൂടാനുള്ള വഴികൾ തുറന്നിടപ്പെടുകയാണ് ചെയ്യുന്നത്..... മനുഷ്യരിലൂടെയാണ് വിപ്ലവം ഉണ്ടാകുന്നത്. എന്നാൽ, വ്യക്തികൾ തങ്ങളുടെ വിപ്ലവാവേശം ദൈനംദിനം ഊതിക്കാച്ചിക്കൊണ്ടിരിക്കണം.[4]

ഈ മാർഗത്തിൽ പതിയിരിക്കുന്ന അനന്തമായ വിഷമതകളെക്കുറിച്ച് ബോധവാനായ ചെ, ക്വി ജാനോവിനുള്ള തന്റെ കത്ത് അവസാനിപ്പിക്കുന്നത് ഇങ്ങനെയാണ്: “ഈ മാർഗം വളരെ ദീർഘമാണ്; പല ഭാഗങ്ങളും അജ്ഞാതങ്ങളും. നമുക്ക് നമ്മുടെ പരിമിതികളറിയാം. ഇരുപത്തിയൊന്നാം നൂറ്റാണ്ടിലെ മനുഷ്യരെ, അതായത് നമ്മളെത്തന്നെ, നാം രൂപപ്പെടുത്തിയെടുക്കും.”[5]

ചെയുടെ കാലത്തിനെത്രയോ അതീതമായ, വളരെ വ്യത്യസ്തമായ ഒരു ലോകത്തിൽപ്പോലും പ്രസക്തമായി തുടരുന്ന, അദ്ദേഹത്തിന്റെ ധൈഷണികമായ ധീര സാഹസികതയെ ഈ കൃതിയിൽ നമുക്ക് കാണാം എന്ന കാര്യമാണ് ഞാൻ ഊന്നിപ്പറയാൻ ആഗ്രഹിക്കുന്നത്.

സാമ്പത്തിക ബന്ധങ്ങളുടെ കാര്യത്തിലുള്ള (മുതലാളിത്തത്തിന്റെ തന്ത്രപ്രധാനങ്ങളായ ഉൽപ്പന്നങ്ങളുടെ ഉൽപ്പാദനത്തിന്റെയും അവയുടെ മേധാവിത്വത്തിന്റെയും അടിസ്ഥാനത്തിൽ) സമ്പൂർണാധികാരം, മുതലാളിത്തത്തിന്റെ സാർവദേശീയവൽക്കരണത്തിന്റെ സവിശേഷതയാണ്. ഈ പ്രക്രിയയുടെ മൂർത്തവും പ്രത്യയശാസ്ത്രപരവുമായ രൂപമാണ്, പുത്തൻ ഉദാരവൽക്കരണത്തിന്റെ ദൃഢീകരണം.

മുതലാളിത്തത്തിന് സാർവദേശീയ സ്വഭാവം ഉണ്ടെങ്കിൽത്തന്നെയും സാമ്പത്തികാധികാരം എന്നത് എല്ലാ രാജ്യങ്ങളുടെയും പൊതുസ്വഭാവമല്ല; മറിച്ച്, ബഹുരാഷ്ട്ര കുത്തകകളെ നിയന്ത്രിക്കുന്ന ഒരുപിടി രാജ്യങ്ങളടങ്ങുന്ന ഒരു ഗ്രൂപ്പിന്റെ സവിശേഷാധികാരമാണത്. ലോക സമ്പദ്‌വ്യവസ്ഥയെ രൂപപ്പെടുത്തുന്ന മറ്റു രാജ്യങ്ങളെല്ലാം ദാരിദ്ര്യാവസ്ഥയിലേക്ക് തള്ളപ്പെട്ടിരിക്കുന്നു. ലോകവ്യാപകമായ മുതലാളിത്തവ്യവസ്ഥ അവയ്ക്ക് നൽകിയിട്ടുള്ള സ്ഥാനം അതാണ്.

ഈ അധികാരഘടനയ്ക്കുള്ളിൽ, അത്രയൊന്നും വികസിതമല്ലാത്തതും മറ്റുള്ളവയെ ആശ്രയിക്കുന്നതുമായ രാജ്യങ്ങൾ, അധീശത്വശക്തികൾ ചെലുത്തുന്ന സാർവദേശീയ സാമ്പത്തിക മേധാവിത്വത്തിന് വിധേയമാക്കപ്പെട്ടിരിക്കുന്നു. മാനവരാശിയുടെ പുരോഗതിക്കുതകുന്ന, പ്രായോഗികവും അവിതർക്കിതവുമായ ഒരേയൊരു മാർഗമാണ് ആഗോളവൽക്കരണം എന്ന നിലയ്ക്കാണ് അത് അവതരിപ്പിക്കപ്പെടുന്നതെങ്കിലും, അത് വളർത്തിക്കൊണ്ടുവരുന്ന പരസ്പരാശ്രിതത്വത്തിന്റെ ഫലമായി, അതിന്, നൈസർഗികമായ പല ദൗർബല്യങ്ങളുമുണ്ട്. തങ്ങളുടെ ആഗോള പ്രവർത്തനത്തിനുള്ള ഉപകരണങ്ങളായിട്ടാണ്, ബഹുരാഷ്ട്ര കുത്തകകൾ, പ്രദേശങ്ങളെയും രാജ്യങ്ങളെയും ഉപയോഗപ്പെടുത്തിക്കൊണ്ടിരിക്കുന്നത്. ആഗോളവൽക്കരണത്തിന്റെ ഏറ്റവും പ്രധാനമായ സ്വഭാവ സവിശേഷത, ഫിനാൻഷ്യൽ വിപണികളുടെ പരസ്പരാശ്രിതത്വമാണ്. പുതിയ വിവര-വാർത്താവിനിമയ സാങ്കേതികവിദ്യ മൂലമാണ് അത് സാധ്യമായിത്തീർന്നത്.

സാമ്പത്തികമായ അസമത്വം ഇല്ലാതാക്കുന്നതിന് ഒന്നും ചെയ്യുന്നില്ല എന്നതാണ്, ലോക സമ്പദ്‌വ്യവസ്ഥയുടെ ആഗോളവൽക്കരണത്തിന്റെ വിരോധാഭാസം. പുത്തൻ കോളനിവൽക്കരണം വരുത്തിവയ്ക്കുക മാത്രമേ അത് ചെയ്യുന്നുള്ളൂ. സോവിയറ്റ് യൂണിയനും സോഷ്യലിസ്റ്റ് ക്യൂബയും അപ്രത്യക്ഷമായതിനുശേഷം സാമ്പത്തിക അസമത്വം ദൂരീകരിക്കപ്പെടുന്നതിനുപകരം രൂക്ഷമാക്കപ്പെടുകയാണുണ്ടായത്.

"ആഗോളവൽക്കൃത" ലോകത്തെ സ്ഥിരമായി അഭിമുഖീകരിച്ചുകൊണ്ടിരിക്കുന്ന ഒരു യഥാർഥ പ്രശ്നം ധനികരും ദരിദ്രരും തമ്മിലുള്ള വിടവ് വർധിച്ചുകൊണ്ടേയിരിക്കുന്നതുമൂലമുള്ള വൈരൂപ്യമാണ്. സാമ്പത്തിക വളർച്ചയുണ്ടായിയെന്നും എല്ലാവർക്കും മെച്ചമുണ്ടായി എന്നും മറ്റുമുള്ള വാദമുഖങ്ങൾ ഉന്നയിക്കുന്നുണ്ടെങ്കിലും, ആഗോളവൽക്കരണം വരുത്തിവച്ചിട്ടുള്ളത് വ്യാപകമായ തൊഴിലില്ലായ്മയും സാമൂഹ്യമായ ഒറ്റപ്പെടലുമാണ്.

അമേരിക്കൻ രാജ്യങ്ങളിലെ സ്വതന്ത്രവ്യാപാരത്തെ സംബന്ധിച്ച കരാറിനെപ്പോലെയുള്ള ചില പ്രത്യേക സാമ്പത്തിക പരിപാടികൾ

തെരഞ്ഞുപിടിച്ച് നടപ്പാക്കുന്നതാണ്, ആഗോളവൽക്കരണത്തിന്റെ മറ്റൊരു പ്രത്യേക സവിശേഷത. അമേരിക്കൻ സാമ്രാജ്യത്വത്തിന്റെ ആഗോള രാഷ്ട്രീയ-സാമ്പത്തിക നയത്തിന്റെ ഭാഗമായി, അവർക്ക് ലാറ്റിൻ അമേരിക്കയ്ക്കുമേൽ മേധാവിത്വം സ്ഥാപിക്കുന്നതിന് ഉതകുന്ന ഒരു മാർഗം മാത്രമാണ് ഈ കരാർ. സാമ്പത്തികമായി ഏറ്റവും കഴിവുള്ള രാജ്യങ്ങളെ കണ്ടുപിടിച്ച് ക്രമേണ തങ്ങളുടെകൂടെ കൂട്ടുന്നതിനുള്ള ഒരു തന്ത്രം.

ലാറ്റിൻ അമേരിക്കൻ രാജ്യങ്ങൾക്കുവേണ്ടി ആവിഷ്കരിക്കപ്പെട്ടവയെന്ന് പറയപ്പെടുന്ന സാമ്പത്തിക നയങ്ങൾ, യഥാർഥത്തിൽ അമേരിക്കൻ സാമ്രാജ്യത്വത്തിന്റെ ആഭ്യന്തര-രാഷ്ട്രീയ ആവശ്യങ്ങൾക്ക് അനുസൃതമായി രൂപപ്പെടുത്തപ്പെട്ടവയാണ്; ഏറെക്കാലമായി സ്ഥായിയായ പ്രാദേശികവളർച്ച കൈവരിക്കാത്തതും പൊരുത്തക്കേടുകൾ നിറഞ്ഞതുമായ ലാറ്റിൻ അമേരിക്കൻ രാജ്യങ്ങളുടെ സാമ്പത്തിക ആവശ്യങ്ങളെ തീരെ കണക്കിലെടുക്കാത്തതാണവ. ഈ പ്രവണതയ്ക്കുള്ള മറ്റൊരു ഉത്തമ ദൃഷ്ടാന്തം ആഫ്രിക്കൻ വൻകരയാണ്. മുൻഗണനാ മേഖലയിൽനിന്ന് ആ വൻകരയെ ഒഴിച്ചുനിർത്താൻ തീരുമാനിച്ചതു കാരണം, അവിടത്തെ ജനങ്ങൾ ഇന്ന് സർവനാശത്തെ അഭിമുഖീകരിച്ചുകൊണ്ടിരിക്കുകയാണ്.

നമ്മുടെ ഇന്നത്തെ ആഗോളവൽക്കൃതലോകം, സ്ഥായിയായ അരക്ഷിതബോധവും അഗാധമായ നിരാശാബോധവും ആണ് ജനിപ്പിക്കുന്നത്. മാനവരാശി കൈവരിച്ച സാംസ്കാരിക നേട്ടങ്ങളെ പ്രതിനിധീകരിക്കുന്ന സാമൂഹ്യ അടിത്തറകളുടെ നാശവുമായും അനൈക്യവുമായും നേരിട്ട് ബന്ധപ്പെട്ടവയാണത്. ലാഭത്തെ മാത്രം മാനദണ്ഡമായിക്കാണുന്ന ഒരു പ്രക്രിയയ്ക്കിടയിൽ, സാഹിത്യത്തിന്റെ വാണിജ്യ കുത്തക/സാംസ്കാരിക ഉൽപ്പന്നങ്ങളെ ഇത്രമാത്രം ഭീഷണിപ്പെടുത്തിയ, ഇത്രമാത്രം വികൃതമാക്കിയ, മറ്റൊരു കാലഘട്ടം മുമ്പുണ്ടായിട്ടില്ല.

തന്റെ കാലഘട്ടത്തിനപ്പുറം എത്രയോ മുന്നോട്ട് ചെ നോക്കിക്കണ്ടതിന്റെ മറ്റൊരു ദൃഷ്ടാന്തമാണിത്. 1961 ആഗസ്തിലെ പന്റാഡെൽ എസ്തെയിലെ സമ്മേളനത്തിൽ അദ്ദേഹം പ്രസംഗം നടത്തിയിട്ട് ഇന്നേക്ക് ഏതാണ്ട് 40 വർഷം കഴിഞ്ഞു. ലാറ്റിൻ അമേരിക്കൻ രാജ്യങ്ങൾക്കായി, "പുരോഗമനത്തിനുവേണ്ടിയുള്ള സഖ്യം" എന്ന സംഘടനയിലൂടെ ഒരു സാംസ്കാരിക മാതൃക കെട്ടിയേൽപ്പിക്കുന്നതിനുള്ള അമേരിക്കൻ സാമ്രാജ്യത്വത്തിന്റെ പദ്ധതികളെ ആ പ്രസംഗത്തിൽ അദ്ദേഹം അപലപിക്കുന്നു. അദ്ദേഹം ഇങ്ങനെ ചൂണ്ടിക്കാണിക്കുന്നു:

> ബഹുമാന്യരായ പ്രതിനിധികളെ, സംഘടിതവും പൂർണമായും മെരുക്കപ്പെട്ടതും മേൽനോട്ടത്തിനു വിധേയമാക്കപ്പെട്ടതും കൂലിക്കെടുക്കപ്പെട്ടതുമായ സാംസ്കാരിക പൊതുവിപണി

> സ്ഥാപിക്കുവാനാണ് അവർ ശ്രമിച്ചുകൊണ്ടിരിക്കുന്നത്. ലാറ്റിൻ അമേരിക്കയുടെ എല്ലാ സംസ്കാരവും സാമ്രാജ്യത്വത്തിന്റെ പ്രചാരണ പദ്ധതികളുടെ സേവനത്തിനുവേണ്ടി സമർപ്പിക്കപ്പെട്ടിരിക്കുകയാണ്; നമ്മുടെ ജനങ്ങളുടെ പട്ടിണി, പട്ടിണിയേയല്ല, മറിച്ച് മടിയാണ് എന്നു സമർഥിക്കാനാണ് അവർ ശ്രമിക്കുന്നത്. അത്യുഗ്രൻതന്നെ....! അതിനെ നേരിട്ടുകൊണ്ട് പൂർണമായ അധിക്ഷേപത്തോടെ നാമിങ്ങനെ മറുപടി പറയുന്നു... നമ്മുടെ ജനത ഒരു മഹാവിപ്ലവത്തിൽനിന്ന്, നമ്മുടെ ദേശീയ സംസ്കാരത്തിൽനിന്ന് രക്ഷപ്പെട്ടിരിക്കുന്നു എന്ന് നമ്മളെ ബോധ്യപ്പെടുത്താൻ സാമ്രാജ്യത്വം നടത്തുന്ന ശ്രമമാണിത്.[6]

ചെയുടെ ആദ്യകാലത്തെ ഈ നിലപാട് ഇതാ ഇന്ന് വീണ്ടും ഉയർന്നുവന്നിരിക്കുന്നു—ആഗോളവൽക്കരണത്തിനെതിരായ പ്രസ്ഥാനത്തിനുള്ളിൽ പരിഹാരത്തിനുള്ള അന്വേഷണത്തിനിടയിൽ, അത്, നമ്മുടെ തലയിൽ കെട്ടിയേൽപ്പിക്കപ്പെട്ടിട്ടുള്ള ഭീകരമായ സാമ്പത്തിക വ്യവസ്ഥയ്ക്കുവേണ്ടി നാം സഹിക്കേണ്ടിവന്നിട്ടുള്ള സാമൂഹ്യ നഷ്ടത്തെ തുറന്നുകാണിക്കുന്നുണ്ട്. മാനവരാശിക്കുവേണ്ടിയുള്ള കൂട്ടായ പ്രവർത്തനം നിലനിർത്തുക എന്ന ലക്ഷ്യത്തോടെ, ഐക്യബോധവും സാമൂഹ്യപ്രവർത്തന ബോധവും ജനിപ്പിക്കുന്നതിനുവേണ്ടിയും ആ പ്രസ്ഥാനം പരിശ്രമിക്കുന്നുണ്ട്.

ഏറ്റവും യുക്തമായ ഉത്തരം കണ്ടെത്തുക എന്നത് നാം ഓരോരുത്തരുടെയും ഉത്തരവാദിത്വമാണ്. എന്നാൽ, ഈ പരിഹാരങ്ങൾ വളരെ എളുപ്പമായിരിക്കും എന്ന് നാം കരുതരുത്. *ട്രൈകോൺടിനെന്റലിനുള്ള സന്ദേശം* എന്ന ലേഖനത്തിൽ വ്യക്തമായ ദർശനത്തോടെ ചെ, ഇങ്ങനെ ചൂണ്ടിക്കാണിക്കുന്നു:

> ആഗോളതലത്തിലുള്ള അശനിപാതങ്ങളൊന്നും സംഭവിച്ചിട്ടില്ലാത്തതുകൊണ്ടുമാത്രം സമാധാനം എന്ന പേര് വഹിക്കുന്ന, അനിശ്ചിതത്വത്തിലുഴറുന്ന അസമാധാനം വീണ്ടും അപകടത്തിൽ അകപ്പെട്ടിരിക്കുന്നുവെന്നും അമേരിക്കൻ സാമ്രാജ്യത്വം കൈക്കൊണ്ട അസ്വീകാര്യവും തിരുത്താനാവാത്തതുമായ ചില നീക്കങ്ങളിൽപ്പെട്ട് അത് ഛിന്നഭിന്നമായിപ്പോയേക്കുമെന്നും ഓരോന്നും സൂചിപ്പിക്കുന്നതായി തോന്നുന്നു.... ലോകത്തിന്റെ വിശാല വിദൂര ദൃശ്യം ഇന്ന് സങ്കീർണതകൾ നിറഞ്ഞതാണ്. മോചനം നേടുക എന്ന കടമ, പഴയ യൂറോപ്പിലെ ചില രാജ്യങ്ങളെ സംബന്ധിച്ചിടത്തോളം ഇപ്പോഴും മുന്നിൽത്തന്നെയുണ്ട്. മുതലാളിത്തത്തിന്റെ എല്ലാ വൈരുധ്യങ്ങളും അനുഭവപ്പെടാൻ തക്കവണ്ണം വേണ്ടത്ര വികസിതങ്ങളാണ് അവ; എന്നാൽ, സാമ്രാജ്യത്വത്തിന്റെ മാർഗം പിന്തുടരാനോ

> ആ മാർഗം അവലംബിക്കാനോ ഇനിയൊരിക്കലും കഴിയാത്ത വിധത്തിൽ അത്ര ദുർബലങ്ങളുമാണവ. അത്തരം രാജ്യങ്ങളിൽ വരുംവർഷങ്ങളിൽ വൈരുധ്യങ്ങൾ സ്ഫോടനാത്മകമായിത്തീരും. എന്നാൽ, അവയുടെ പ്രശ്നങ്ങളും അതുകൊണ്ടുതന്നെ അവയ്ക്കുള്ള പരിഹാരങ്ങളും സാമ്പത്തികമായി പിന്നോക്കം നിൽക്കുന്ന ആശ്രിതരാജ്യങ്ങളിലെ ജനങ്ങളുടേതിൽനിന്ന് വ്യത്യസ്തമായിരിക്കും.[7]

ഒരു ബദൽ മാർഗം അന്വേഷിക്കുന്ന അവസരത്തിൽ മാനവിക ധർമബോധം അവലംബിക്കേണ്ടത് ആവശ്യമാണ്—പ്രത്യേകിച്ചും പുത്തൻ ഉദാരവൽക്കരണ ശക്തികൾ ആഗോളതലത്തിൽ കെട്ടിയേൽപ്പിക്കാൻ ശ്രമിക്കുന്ന വിനാശകരമായ നയങ്ങളെ ചെറുക്കുമ്പോൾ. ഛിദ്രീകരണ-വ്യക്ത്യധിഷ്ഠിത സാഹസിക പ്രവർത്തനങ്ങളെ പ്രോത്സാഹിപ്പിക്കുന്ന പുത്തൻ ഉദാരവൽക്കരണ പ്രവണതകളെ ചെറുക്കാൻ ശ്രമിക്കുന്ന സാമൂഹ്യ പ്രസ്ഥാനങ്ങളെ സംബന്ധിച്ചിടത്തോളം ഇതായിരിക്കണം പ്രധാന താൽപ്പര്യം.

ദേശീയവും ആഗോളവുമായ തലങ്ങളിൽ സാമൂഹ്യവും രാഷ്ട്രീയവുമായ മോചനത്തിലേക്ക് നയിക്കുന്ന മാർഗത്തെ ന്യായീകരിച്ചുകൊണ്ട്, ഇന്നത്തെ സാമൂഹ്യപ്രസ്ഥാനങ്ങൾ, പുത്തൻ ഉദാരവൽക്കരണനയങ്ങൾ ലോകത്തൊട്ടാകെ കെട്ടിയേൽപ്പിക്കുന്ന അത്യന്തം വിപുലമായ സാമൂഹ്യ വിനാശത്തെക്കുറിച്ച് കൂടുതൽ മെച്ചപ്പെട്ട ധാരണ ആർജിക്കുന്നതായിരിക്കും. അതേ അവസരത്തിൽത്തന്നെ, ഉപഭോഗ സംസ്കാരത്തിന്റെ പ്രമുഖ വൃത്തത്തെ തകർക്കേണ്ടതിന്റെ ആവശ്യകത വിസ്മരിക്കുകയില്ല; നമ്മുടെ സാമൂഹ്യ മാറ്റങ്ങളെയും ഭൗതിക നടപടികളെയും കുറിച്ച് കൂടുതൽ ഗാഢമായ സാംസ്കാരിക ബോധവും ധാരണയും ഉണ്ടാക്കുകയും ചെയ്യും.

ദേശീയ വിമോചന വിപ്ലവങ്ങളുടെ ആവിർഭാവത്തിൽനിന്ന് ആരംഭിച്ച്, സോഷ്യലിസത്തിലേക്കുള്ള പരിവർത്തനത്തിൽ എത്തിച്ചേരുന്ന സ്ഥായിയായ സാമൂഹ്യ മാറ്റത്തെ സംബന്ധിച്ച ചെയുടെ പദ്ധതി, ഇന്ന് യഥാർഥമായ ഒരു ബദൽ പദ്ധതിയെത്തന്നെയാണ് പ്രതിനിധീകരിക്കുന്നത്—വ്യത്യസ്തമായ ഒരു ഭാവി വിരചിക്കാൻ ശ്രമിക്കുന്ന എല്ലാ സാമൂഹ്യപ്രസ്ഥാനങ്ങൾക്കും ഒരു വഴികാട്ടി.

ചെയുടെ ആശയങ്ങളെയും അദ്ദേഹത്തിന്റെ വിപ്ലവ പ്രവർത്തനങ്ങളുടെ വികാസത്തെയും സംബന്ധിച്ച് ഇപ്പോൾ നടന്നുകൊണ്ടിരിക്കുന്ന (ലോകത്തിലിന്ന് കാണുന്ന നിർണായക പ്രശ്നങ്ങൾ പ്രതിനിധീകരിക്കുന്ന പുതിയ വെല്ലുവിളികളെ അംഗീകരിച്ചുകൊണ്ടുതന്നെ) പഠനത്തിന്, പുതിയ സമരരൂപങ്ങളുടെ ആവശ്യമായ സ്വീകരണത്തിലും അവയുടെ ആത്യന്തിക വിജയത്തിലും സംഭാവന നൽകാൻ കഴിയും.

ഇന്നത്തെ രാഷ്ട്രീയ കാലാവസ്ഥയിൽ, എല്ലാ മേധാവിത്വ ശ്രമങ്ങൾക്കും വിരാമമിടുന്നതായിരിക്കണം ആത്യന്തിക പദ്ധതി; പൂർണമായും പരമാധികാരത്തോടുകൂടിയതും സമാധാനപരമായ ഒരു ലോകത്ത് പുതിയ ധാർമിക മൂല്യങ്ങൾക്കനുസരിച്ച് പ്രവർത്തിക്കുന്ന സ്വതന്ത്രനായ മനുഷ്യന്റെ—അഹംഭാവവും വ്യക്ത്യധിഷ്ഠിത സാഹസികത്വവും ഇല്ലാത്ത സ്വതന്ത്രനായ മനുഷ്യന്റെ—എല്ലാ കഴിവുകളെയും തുറന്നുവിടുന്നതും ആയിരിക്കണം അത്. സമൂഹത്തെ പരിവർത്തനം ചെയ്യുന്നതിനുള്ള അദ്ദേഹത്തിന്റെ സാർവദേശീയ സ്വഭാവത്തോടുകൂടിയ ആഹ്വാനത്തോടൊപ്പം നമുക്ക് അദ്ദേഹത്തിൽനിന്ന് പൈതൃകമായി ലഭിച്ച ആയുധങ്ങളാണ് ഇവ. പൂർണമായ സാർവത്രിക വിമോചനം എന്ന ലക്ഷ്യത്തെ ഇന്നുപോലും മുന്നോട്ടുവയ്ക്കുന്ന അതേ അവസരത്തിൽത്തന്നെ, പ്രാദേശികമായ പരിമിതികൾക്കെല്ലാം അപ്പുറം ഉയരുന്ന ഒരു ആഹ്വാനമാണ് അദ്ദേഹത്തിന്റേത്.

അൾജീരിയയിലെ ആഫ്രോ-ഏഷ്യൻ സമ്മേളനത്തിൽ

പ്രിയപ്പെട്ട സഹോദരീ സഹോദരന്മാരേ,

ഈ സമ്മേളനത്തിൽ ക്യൂബ എത്തിച്ചേർന്നിട്ടുള്ളത്, ലാറ്റിൻ അമേരിക്കയിലെ ജനങ്ങൾക്കുവേണ്ടി സംസാരിക്കുന്നതിനാണ്.[1] മറ്റു പല സന്ദർഭങ്ങളിലും ഊന്നിപ്പറഞ്ഞിട്ടുള്ളതുപോലെ, ഒരു അവികസിതരാജ്യത്തെപ്പോലെയും അതുപോലെത്തന്നെ സോഷ്യലിസം കെട്ടിപ്പടുക്കുന്ന ഒരു രാജ്യത്തെപ്പോലെയും ക്യൂബ സംസാരിക്കുന്നു.

ഏഷ്യയിലെയും ആഫ്രിക്കയിലെയും ജനങ്ങളുടെ ഈ വൃത്തത്തിൽ ഞങ്ങളുടെ അഭിപ്രായം പ്രകടിപ്പിക്കാൻ ഞങ്ങൾക്ക് അനുവാദം ലഭിച്ചത് യാദൃച്ഛികമല്ല.[2] ഭാവിയിലേക്കുള്ള നമ്മുടെ മുന്നേറ്റത്തിൽ പൊതുവായ ഒരു അഭിലാഷം നമ്മെ കൂട്ടിയോജിപ്പിക്കുന്നുണ്ട്: സാമ്രാജ്യത്വത്തിന്റെ പരാജയമാണത്. അതേ ശത്രുവിനെതിരായി കഴിഞ്ഞകാലത്ത് നാം നടത്തിയ പൊതുവായ സമരം, ആ മാർഗത്തിൽ നമ്മെ ഒന്നിപ്പിച്ചുനിർത്തിയിരുന്നു.

സമരം ചെയ്തുകൊണ്ടിരിക്കുന്ന ജനങ്ങളുടെ ഒരു സമ്മേളനമാണിത്. ആ സമരം തുല്യപ്രാധാന്യമുള്ള രണ്ട് മുന്നണികളിൽ വളർന്നുകൊണ്ടിരിക്കുകയാണ്—ആ രണ്ട് മുന്നണികളിലും നമ്മുടെ ശ്രദ്ധ ആവശ്യമാണുതാനും.

രാഷ്ട്രീയായുധങ്ങൾ കൊണ്ടും ശരിക്കുമുള്ള ആശയങ്ങൾ കൊണ്ടും അഥവാ രണ്ടു വിധത്തിലുള്ള ആയുധങ്ങൾ കൊണ്ടും നടത്തപ്പെടുന്ന, കൊളോണിയൽ-പുത്തൻ കൊളോണിയൽ നുകക്കീഴിൽനിന്ന് മോചനം നേടുന്നതിനുള്ള സമരത്തെ, അതായത് സാമ്രാജ്യത്വത്തിനെതിരായ സമരത്തെ, പിന്നോക്കാവസ്ഥയ്ക്കും ദാരിദ്ര്യത്തിനും എതിരായ സമരത്തിൽനിന്ന് വേർതിരിക്കാനാവില്ല. നീതിയുടെയും സമൃദ്ധിയുടെയും ഒരു പുതിയ സമൂഹം നിർമിക്കുന്നതിലേക്ക് നയിക്കുന്ന ഒരേ മാർഗത്തിലെ രണ്ട് ഘട്ടങ്ങളാണവ.

രാഷ്ട്രീയാധികാരം പിടിച്ചെടുക്കുകയും മർദകവർഗങ്ങളെ നിർമാർജനം ചെയ്യുകയും വേണം—അത് അനിവാര്യമാണ്. എന്നാൽ ആദ്യത്തേതിനെക്കാൾ കൂടുതൽ ദുഷ്കരമായ രണ്ടാമത്തെ സമര ഘട്ടത്തെ അഭിമുഖീകരിച്ചേ പറ്റൂ.

കുത്തകമൂലധനം ലോകത്തെ കയ്യടക്കിയ അന്നുതൊട്ടുതന്നെ, മാനവരാശിയിലെ മഹാഭൂരിപക്ഷത്തെയും അത് ദാരിദ്ര്യത്തിൽ തളച്ചിട്ടു; ലാഭം മുഴുവനും ഏറ്റവും ശക്തമായ രാജ്യങ്ങളുടെ ഗ്രൂപ്പിനിടയിൽ വിഭജിച്ചെടുത്തു. നമ്മുടെ രാജ്യങ്ങളിലെ കടുത്ത ദാരിദ്ര്യത്തെ അടിസ്ഥാനപ്പെടുത്തിയാണ്, സമ്പന്നരാഷ്ട്രങ്ങളിലെ ജീവിതനിലവാരം നിലനിൽക്കുന്നത്. അതുകൊണ്ട്, അവികസിതരാജ്യങ്ങളിലെ ജീവിതനിലവാരങ്ങൾ ഉയർത്തുന്നതിനായി നാം, സാമ്രാജ്യത്വത്തിനെതിരായി യുദ്ധം ചെയ്യേണ്ടതുണ്ട്. സാമ്രാജ്യത്വമാകുന്ന വൻ മരത്തിൽ നിന്ന് ഓരോ തവണ ഒരു രാജ്യം വെട്ടിവീഴ്ത്തപ്പെടുമ്പോഴും, മുഖ്യശത്രുവിനെതിരായി ഭാഗികമായ വിജയം കൈവരിക്കുക മാത്രമല്ല നാം ചെയ്യുന്നത്; ശത്രുവിന്റെ ശക്തി യഥാർഥത്തിൽ ദുർബലപ്പെടുകയാണ് അതുകൊണ്ടുണ്ടാകുന്നത്; അന്തിമ വിജയത്തിലേക്കുള്ള ഒരു കാൽവെപ്പുകൂടിയാണത്.

ഈ സമരത്തിൽ മരണമല്ലാതെ മറ്റ് അതിരുകളൊന്നുമില്ല. ലോകത്ത് മറ്റെവിടെയെങ്കിലും സംഭവിക്കുന്ന ഒരു കാര്യത്തോട് നമുക്ക് നിസംഗത പാലിക്കാൻ കഴിയില്ല. കാരണം, സാമ്രാജ്യത്വത്തിനുമേൽ ഏതെങ്കിലും ഒരു രാജ്യം കൈവരിക്കുന്ന വിജയം നമ്മുടെ വിജയം കൂടിയാണ്; അതുപോലെതന്നെ, ഏതെങ്കിലുമൊരു രാജ്യത്തിനേൽക്കുന്ന പരാജയം നമ്മുടെ എല്ലാവരുടെയും പരാജയമാണ്. തൊഴിലാളിവർഗ സാർവദേശീയത പ്രാവർത്തികമാക്കുക എന്നത്, കൂടുതൽ മെച്ചപ്പെട്ട ഭാവിക്കുവേണ്ടി സമരം ചെയ്യുന്ന ജനങ്ങളുടെ കടമ മാത്രമല്ല; അത് അനിവാര്യമായ ഒരു ആവശ്യം കൂടിയാണ്. സാമ്രാജ്യത്വ ശത്രുവായ അമേരിക്ക, അഥവാ മറ്റേതെങ്കിലും സാമ്രാജ്യത്വരാഷ്ട്രം, അവികസിത ജനങ്ങൾക്കും സോഷ്യലിസ്റ്റ് രാഷ്ട്രങ്ങൾക്കും എതിരായി ആക്രമണം സംഘടിപ്പിക്കുന്നുവെങ്കിൽ, അവികസിത രാജ്യങ്ങളും സോഷ്യലിസ്റ്റ് രാഷ്ട്രങ്ങളും തമ്മിൽ ഒരു സഖ്യം ഉണ്ടാക്കേണ്ടത് ആവശ്യമാണെന്ന്, പ്രാഥമിക യുക്തി സമർഥിക്കുന്നു. കൂട്ടിയോജിപ്പിക്കുന്ന മറ്റു ശക്തികളൊന്നുംതന്നെ ഇല്ലെങ്കിലും, പൊതുശത്രുതന്നെ മതി അതിന്.[3]

ചർച്ചകളില്ലാതെ, പേറ്റുനോവുകളില്ലാതെ (ചിലപ്പോൾ അവ അത്യന്തം വേദനാജനകമായിരിക്കും) ഇത്തരം സഖ്യങ്ങൾ സ്വയം രൂപപ്പെടുകയില്ല എന്ന കാര്യത്തിൽ തർക്കമില്ല.

ഓരോ തവണ ഒരു രാജ്യം വിമോചിപ്പിക്കപ്പെടുമ്പോഴും, ലോക സാമ്രാജ്യത്വവ്യവസ്ഥയെ സംബന്ധിച്ചിടത്തോളം അതൊരു പരാജയമാണെന്ന് നാം പറഞ്ഞുവല്ലോ. എന്നാൽ, വെറുതെ സ്വാതന്ത്ര്യം

പ്രഖ്യാപിക്കുന്നതുകൊണ്ടോ വിപ്ലവത്തിലെ ഒരു ചെറിയ സായുധ വിജയം നേടുന്നതുകൊണ്ടോ വിമോചനം സാധ്യമാകുമെന്ന് നാം കരുതുന്നില്ല. ഒരു ജനതയ്ക്കുമേലുള്ള സാമ്രാജ്യത്വ സാമ്പത്തിക മേധാവിത്വം അവസാനിപ്പിക്കുമ്പോഴേ അത് കൈവരിക്കാൻ കഴിയുന്നുള്ളൂ. അതുകൊണ്ട് സോഷ്യലിസ്റ്റ് രാജ്യങ്ങളെ സംബന്ധിച്ചിടത്തോളം യഥാർഥത്തിലുള്ള മോചനം സംഭവിക്കേണ്ടത് സുപ്രധാന ആവശ്യമാണ്. അതുകൊണ്ട്, ഈ മോചനം കഴിയുന്നത്ര ദ്രുതഗതിയിലും കഴിയുന്നത്ര അഗാധവും ആയിത്തീർക്കുന്നതിനായി നമ്മുടെ കഴിവുകളെല്ലാം സംഭാവന ചെയ്യുക എന്നത് നമ്മുടെ സാർവദേശീയ കടമയാണ്; നമ്മെ നയിക്കുന്ന പ്രത്യയശാസ്ത്രം നിശ്ചയിക്കുന്ന കടമയാണത്.

ഇതിൽനിന്നെല്ലാം നാം എത്തിച്ചേരേണ്ട നിഗമനം ഇതാണ്: ഇപ്പോൾ വിമോചനത്തിന്റെ മാർഗത്തിലൂടെ നീങ്ങാൻ തുടങ്ങിയിട്ടുള്ള രാജ്യങ്ങളുടെ വികസനത്തിന് ആവശ്യമായ പണം നൽകാൻ സോഷ്യലിസ്റ്റ് രാഷ്ട്രങ്ങൾ തയ്യാറാകണം. ഞങ്ങൾ ഇത് ഇങ്ങനെ പ്രസ്താവിക്കുന്നത്, അവിഹിതമായ ഏതെങ്കിലും കാര്യം സാധിക്കുന്നതിനോ നാടകീയതയ്ക്കുവേണ്ടിയോ അല്ല; ആഫ്രോ-ഏഷ്യൻ ജനങ്ങളുമായി കൂടുതൽ അടുക്കുന്നതിനുള്ള ഒരു എളുപ്പവഴി എന്ന നിലയിലുമല്ല. അത് ഞങ്ങളുടെ ദൃഢമായ വിശ്വാസപ്രമാണമാണ്. മാനവരാശിയെ സംബന്ധിച്ചിടത്തോളം സഹോദരനിർവിശേഷമായ ഒരു പുതിയ സമീപനം ഉണ്ടാകത്തക്ക വിധത്തിലുള്ള ഒരു മാറ്റം ബോധത്തിൽ ഉണ്ടായിത്തീരാതെ, സോഷ്യലിസത്തിന് നിലനിൽക്കാൻ കഴിയുകയില്ല— സോഷ്യലിസം കെട്ടിപ്പടുത്തുകൊണ്ടിരിക്കുന്നതോ കെട്ടിപ്പടുത്തുകഴിഞ്ഞതോ ആയ സമൂഹങ്ങൾക്കുള്ളിലെ വ്യക്തികളുടെ തലത്തിലും, സാമ്രാജ്യത്വ അടിച്ചമർത്തലിന് വിധേയമായിക്കൊണ്ടിരിക്കുന്ന എല്ലാ ജനങ്ങളെയും സംബന്ധിച്ചിടത്തോളം ആഗോളതലത്തിലും ആ മാറ്റം ഉണ്ടാവണം.

ആശ്രിതരാജ്യങ്ങളെ സഹായിക്കുന്നതിനുള്ള ഉത്തരവാദിത്വത്തെ അത്തരമൊരു വികാരത്തോടുകൂടിയാവണം സമീപിക്കേണ്ടത് എന്ന് ഞങ്ങൾ വിശ്വസിക്കുന്നു. മൂല്യനിയമത്തിന്റെയും മൂല്യനിയമത്തിൽ നിന്ന്[4] ആവിർഭവിക്കുന്ന അസമമായ വിനിമയത്തെ സംബന്ധിച്ച അന്തർദേശീയ ബന്ധങ്ങളുടെയും അടിസ്ഥാനത്തിൽ പിന്നോക്കരാജ്യങ്ങളുടെമേൽ അടിച്ചേൽപ്പിക്കപ്പെട്ട വിലകളെ അടിസ്ഥാനപ്പെടുത്തി പരസ്പരം നേട്ടമുണ്ടാവുന്ന വ്യാപാരം വളർത്തിക്കൊണ്ടുവരുന്നതിനെക്കുറിച്ച് ഇനി അധികം സംസാരമൊന്നും ആവശ്യമില്ല.

അവികസിതരാജ്യങ്ങൾ കണക്കില്ലാത്ത വിയർപ്പും ദുരിതങ്ങളും സഹിച്ച് ഉണ്ടാക്കിയ അസംസ്കൃതവസ്തുക്കൾ ലോക വിപണിയിലെ വിലയ്ക്ക് വിൽക്കുകയും വൻതോതിൽ യന്ത്രവൽക്കരിക്കപ്പെട്ട ഇന്നത്തെ ഫാക്ടറികളിൽ നിർമിക്കപ്പെടുന്ന യന്ത്രസാമഗ്രികൾ ലോ

കവിപണിയിലേക്ക് അവ വാങ്ങുകയും ചെയ്യുമ്പോൾ അത് "പരസ്പരം നേട്ട"മായിത്തീരുന്നത് എങ്ങനെയാണ്?

രാജ്യങ്ങളുടെ ഈ രണ്ട് ഗ്രൂപ്പുകൾ തമ്മിൽ ഇത്തരം ബന്ധമാണ് നാം സ്ഥാപിക്കുന്നതെങ്കിൽ, ഒരു നിലയ്ക്ക് സാമ്രാജ്യത്വത്തിന്റെ ചൂഷണത്തിന്റെ പങ്കാളികളാണ് സോഷ്യലിസ്റ്റ് രാഷ്ട്രങ്ങൾ എന്ന് നമുക്ക് സമ്മതിക്കേണ്ടിവരും. അവികസിത രാഷ്ട്രങ്ങളുമായി സോഷ്യലിസ്റ്റ് രാഷ്ട്രങ്ങൾ നടത്തുന്ന വിനിമയത്തിൽ ഉൾപ്പെട്ട തുക, സോഷ്യലിസ്റ്റ് രാഷ്ട്രങ്ങളുടെ വിദേശ വ്യാപാരത്തിന്റെ നിസാരഭാഗമേ വരുന്നുള്ളൂ എന്ന് വാദിക്കാം. അത് യഥാർഥമാണെങ്കിൽത്തന്നെയും, ആ വിനിമയത്തിന്റെ അധാർമിക സ്വഭാവത്തെ അത് ഇല്ലാതാക്കുന്നില്ല.

പാശ്ചാത്യ ലോകത്തിലെ ചൂഷകരാജ്യങ്ങളുമായുള്ള തങ്ങളുടെ ഈ ഗൂഢമായ ഇടപാട് അവസാനിപ്പിക്കാനുള്ള ധാർമികമായ കടമ സോഷ്യലിസ്റ്റ് രാഷ്ട്രങ്ങൾക്കുണ്ട്. വ്യാപാരം വളരെ കുറച്ചേയുള്ളൂ എന്നു പറഞ്ഞാൽ അതിനർഥം ഒന്നുമില്ലെന്നു തന്നെയാണ്. 1959 ൽ സോഷ്യലിസ്റ്റ് ബ്ലോക്കിന്, വല്ലപ്പോഴും കുറച്ച് പഞ്ചസാരയാണ് ക്യൂബ വിറ്റിരുന്നത്—അതും ബ്രിട്ടീഷ് ബ്രോക്കർമാർ വഴി; അല്ലെങ്കിൽ മറ്റേതെങ്കിലും രാജ്യങ്ങളിലെ ബ്രോക്കർമാർ വഴി. എന്നാൽ, ഇന്ന് ക്യൂബയുടെ വ്യാപാരത്തിന്റെ 80 ശതമാനവും ആ മേഖലയിലാണ്. ക്യൂബയ്ക്കുവേണ്ട പ്രധാനപ്പെട്ട സാധനങ്ങളെല്ലാം സോഷ്യലിസറ്റ് ക്യാമ്പിൽനിന്നാണ് ലഭിക്കുന്നത്. യഥാർഥത്തിൽ ക്യൂബ സോഷ്യലിസ്റ്റ് ക്യാമ്പിൽ ചേർന്നിരിക്കുന്നു. സോഷ്യലിസ്റ്റ് ക്യാമ്പിലേക്കുള്ള ഈ പ്രവേശനം വ്യാപാരം വർധിച്ചതുകൊണ്ടുമാത്രം ഉണ്ടായതാണെന്ന് നമുക്ക് പറയാൻ കഴിയില്ല. പഴയ ഘടന തകർക്കുകയും സോഷ്യലിസ്റ്റ് വികസിതരീതി അംഗീകരിക്കുകയും ചെയ്തതുകൊണ്ടാണ് വ്യാപാരം വർധിച്ചത് എന്നും പറയാൻ കഴിയില്ല. പ്രശ്നത്തിന്റെ രണ്ടുവശങ്ങളും കൂട്ടിമുട്ടുന്നുണ്ട്; പരസ്പരം ബന്ധപ്പെട്ടവയാണ്.

നിശ്ചിതമായ ഒരു ലക്ഷ്യത്തിലേക്ക് മുന്നേറാൻ സഹായിക്കുന്ന ഒരു പ്രത്യയശാസ്ത്രത്തിൽ യുക്തിഭദ്രമായി മുൻകൂട്ടി നിശ്ചയിക്കപ്പെട്ട എല്ലാ ചുവടുകളും മുൻകൂട്ടി കണ്ടുകൊണ്ടല്ല, കമ്യൂണിസത്തിൽ ചെന്ന് അവസാനിക്കുന്ന മാർഗത്തിലൂടെ നാം പ്രയാണം ആരംഭിച്ചത്. സോഷ്യലിസത്തിന്റെ യാഥാർഥ്യങ്ങളും സാമ്രാജ്യത്വത്തിന്റെ പരുക്കൻ യാഥാർഥ്യങ്ങളും ഒന്നിച്ചുചേർന്നാണ് ഞങ്ങളുടെ ജനങ്ങളെ രൂപപ്പെടുത്തിയതും ഇപ്പോൾ ഞങ്ങൾ ബോധപൂർവം തെരഞ്ഞെടുത്തിട്ടുള്ള മാർഗം അവർക്ക് കാണിച്ചുകൊടുത്തതും. തങ്ങളുടെ പൂർണമായ വിമോചനത്തിലേക്കുള്ള മാർഗത്തിലൂടെ മുന്നേറുന്നതിന്, ഏഷ്യയിലെയും ആഫ്രിക്കയിലെയും ജനങ്ങൾക്ക് അതേ മാർഗം അവലംബിക്കേണ്ടിയിരിക്കുന്നു. അവരുടെ സോഷ്യലിസത്തിനുള്ള വിശേഷണപദം എന്തുതന്നെയായാലും ശരി, ഇന്നല്ലെങ്കിൽ നാളെ അവർ ആ മാർഗം സ്വീകരിക്കുകതന്നെ ചെയ്യും.

മനുഷ്യനെ മനുഷ്യൻ ചൂഷണം ചെയ്യുന്ന വ്യവസ്ഥ അവസാനിപ്പിക്കുക എന്നതല്ലാതെ, സോഷ്യലിസം എന്നതിന് സാധുവായ മറ്റൊരു നിർവചനവും നമ്മളെ സംബന്ധിച്ചിടത്തോളം ഇല്ല. ഈ ലക്ഷ്യം കൈവരിക്കാൻ കഴിയാത്തിടത്തോളംകാലം സോഷ്യലിസം കെട്ടിപ്പടുക്കുന്ന ഘട്ടത്തിലാണ് നാം എന്ന് നമ്മൾ കരുതുന്നുണ്ടെങ്കിലും ചൂഷണം അവസാനിപ്പിക്കുന്നതിനുപകരം, അത് അടിച്ചമർത്താനുള്ള പ്രവർത്തനം തടയപ്പെടുന്നുവെങ്കിൽ—അതല്ല, അതിനെക്കാൾ മോശമായ രീതിയിൽ കാര്യം നേരേമറിച്ചാണെങ്കിൽ—സോഷ്യലിസം കെട്ടിപ്പടുക്കുന്നതിനെക്കുറിച്ച് സംസാരിക്കാൻപോലും നമുക്ക് കഴിയില്ല.[5]

ചൂഷണം പൂർണമായും അവസാനിപ്പിക്കാൻ ഉതകുന്ന മാർഗം ബോധപൂർവമായും പ്രത്യക്ഷമായും കൈക്കൊള്ളാൻ ഉതകുന്ന പരിതഃസ്ഥിതി നമ്മുടെ സഹോദരീസഹോദരന്മാർക്ക് നാം ഉണ്ടാക്കിക്കൊടുക്കണം. എന്നാൽ, അത്തരം ചൂഷണത്തിൽ നാം സ്വയം പങ്കാളികളാണെങ്കിൽ, ആ മാർഗം അവലംബിക്കാൻ, അവരോട് നമുക്ക് ആവശ്യപ്പെടാൻ കഴിയില്ല. ന്യായമായ വില ഏർപ്പെടുത്തുന്നതിന് എന്തൊക്കെ മാർഗങ്ങളാണ് ഉപയോഗിക്കുന്നത് എന്ന് നമ്മോട് ചോദിച്ചാൽ നമുക്ക് ഉത്തരം പറയാൻ കഴിയുകയില്ല. കാരണം, അതിൽ അന്തർഭവിച്ച പ്രായോഗികമായ പ്രശ്നങ്ങളുടെ പൂർണമായ വ്യാപ്തി നമുക്കറിയില്ല. നമുക്ക് അറിയാവുന്നത് ഇത്ര മാത്രമാണ്: സോവിയറ്റ് യൂണിയനും ക്യൂബയും തമ്മിലുള്ള രാഷ്ട്രീയ ചർച്ചകൾക്കുശേഷം ചില കരാറുകളിൽ ഒപ്പിട്ടിട്ടുണ്ട്; അവ നമുക്ക് ഗുണകരമാണ്; ആ കരാറുകൾ അനുസരിച്ച് നാം 50 ലക്ഷം ടൺ പഞ്ചസാര, പഞ്ചസാരയുടെ സ്വതന്ത്ര ലോകമാർക്കറ്റിലെ വിലയെക്കാൾ ഉയർന്ന വിലയ്ക്ക് വിൽക്കുന്നതായിരിക്കും; ജനകീയ ചൈനാറിപ്പബ്ലിക്കും നമ്മളിൽനിന്ന് പഞ്ചസാര വാങ്ങുമ്പോൾ നമുക്ക് ആ വില തരും.

ഇതൊരു ആരംഭം മാത്രമാണ്. വികസനത്തിന് സഹായകമാകുന്ന വില നിശ്ചയിക്കുക എന്നതാണ് യഥാർഥമായ കടമ. അന്താരാഷ്ട്ര ബന്ധങ്ങളെ സംബന്ധിച്ച വ്യവസ്ഥ മാറ്റുന്ന കാര്യത്തിൽ ആശയപരമായ വലിയ മാറ്റം തന്നെ അന്തർഭവിച്ചിട്ടുണ്ട്. വിദേശ വ്യാപാരമല്ല, നയങ്ങൾ എന്തായിരിക്കണമെന്ന് തീരുമാനിക്കേണ്ടത്. നേരേമറിച്ച്, ജനങ്ങളെ സംബന്ധിച്ച സാഹോദര്യ നയത്തിനു വിധേയമാവണം വിദേശവ്യാപാരം.

അടിസ്ഥാന വ്യവസായങ്ങൾ വളർത്തിക്കൊണ്ടുവരുന്നതിന് ആവശ്യമായ ദീർഘകാല വായ്പയെ സംബന്ധിച്ച പ്രശ്നങ്ങൾ നമുക്ക് ചുരുക്കത്തിൽ വിശകലനം ചെയ്യാം. തങ്ങളുടെ നിലവിലുള്ള ത്രാണിക്ക് ആനുപാതികമല്ലാത്ത വിധത്തിൽ വ്യാവസായികാടിത്തറ സ്ഥാപിക്കാൻ ഗുണഭോക്താക്കളായ രാജ്യങ്ങൾ പലപ്പോഴും ശ്രമിക്കുന്നതായി കാണാം. അതിൽനിന്നുള്ള ഉൽപ്പന്നങ്ങൾ ആഭ്യന്തരമാ

യി ഉപഭോഗം ചെയ്യപ്പെടുന്നില്ല; അതിനാൽ ഇത്തരം സംരംഭങ്ങളിൽ ആ രാജ്യത്തിന്റെ കരുതൽധനമാണ് അപകടത്തിലാവുന്നത്.

ഞങ്ങൾ കരുതുന്നത് ഇങ്ങനെയാണ്: സോഷ്യലിസ്റ്റ് രാഷ്ട്രങ്ങൾ തങ്ങളുടെ രാജ്യത്ത് നടത്തുന്ന നിക്ഷേപത്തിനാവശ്യമായ തുക, അവയുടെ ബജറ്റിൽനിന്ന് നേരിട്ടാണ് വരുന്നത്. ഉൽപ്പാദനപ്രക്രിയ തൊട്ട് നിർമിതവസ്തുക്കൾ വരെയുള്ള ഉൽപ്പന്നങ്ങൾ ഉപയോഗിക്കുന്നതിലൂടെ അത് വീണ്ടെടുക്കുകയും ചെയ്യുന്നു. അവികസിതരാജ്യങ്ങളിൽ ഇത്തരം നിക്ഷേപങ്ങൾ നടത്തുന്നതിനുള്ള സാധ്യത ആരായുന്നതിന് അൽപ്പം ശ്രദ്ധകൊടുക്കണം എന്ന് ഞങ്ങൾ നിർദേശിക്കുന്നു. അങ്ങനെ ചെയ്താൽ, ഞങ്ങളുടെ വൻകരകളിൽ ഒളിഞ്ഞുകിടക്കുന്ന അളവറ്റ ശക്തികളെ തുറന്നുവിടാൻ കഴിയും; ആ ശക്തികൾ ഇത്രനാളും ചൂഷണം ചെയ്യപ്പെട്ടുകൊണ്ടിരിക്കുകയായിരുന്നു; എന്നാൽ, തങ്ങളുടെ രാജ്യങ്ങളുടെ വികസനത്തിന് അവ സഹായകമായിരുന്നില്ലതാനും. ഇത്രനാളും നാം എന്താണ് ചെയ്തത് എന്ന ചരിത്രത്തെ ആസ്പദമാക്കിക്കൊണ്ടല്ല, മറിച്ച് എന്താണ് ചെയ്യാൻ കഴിയുക എന്ന ഭാവിചരിത്രത്തെ ആസ്പദമാക്കിക്കൊണ്ട്, യഥാർഥമായ സാർവദേശീയ പ്രവൃത്തിവിഭജനത്തിന്റെ ഒരു പുതിയ ഘട്ടം നമുക്ക് അങ്ങനെ ആരംഭിക്കാൻ കഴിയും.

പുതിയ നിക്ഷേപം നടത്താൻ ഉദ്ദേശിക്കുന്നത് ഏതു രാജ്യങ്ങളിലെ ഭൂവിഭാഗങ്ങളിലാണോ, ആ രാജ്യങ്ങൾക്ക് അവയുടെമേൽ പരമാധികാര സ്വത്തവകാശം ഉണ്ടായിരിക്കും; വായ്പയല്ല; തിരിച്ചടവു വേണ്ട. എന്നാൽ, പരസ്പരം സമ്മതിച്ച അളവിലുള്ള ഉൽപ്പന്നങ്ങൾ, നിശ്ചിത വിലയ്ക്ക്, നിശ്ചിത കാലത്തേക്ക്, നിക്ഷേപം സ്വീകരിച്ച രാജ്യങ്ങൾ നിക്ഷേപം നടത്തിയ രാജ്യങ്ങൾക്കു നൽകാൻ ബാധ്യസ്ഥരാണ്.

ഇങ്ങനെയുള്ള നിക്ഷേപം സ്വീകരിക്കുന്ന രാജ്യങ്ങൾക്ക് നേരിടേണ്ടിവരുന്ന ചെലവുകളിലെ പ്രാദേശിക വിഹിതത്തിനായി എങ്ങനെ പണം കണ്ടെത്തും എന്നതും പഠനവിധേയമാക്കപ്പെടേണ്ടതാണ്. അവികസിതരാജ്യങ്ങളിലെ ഗവൺമെന്റുകൾക്ക്, വിറ്റഴിക്കാവുന്ന ചരക്കുകൾ ദീർഘകാല വായ്പയുടെ അടിസ്ഥാനത്തിൽ നൽകുക എന്നത് സഹായത്തിന്റെ ഒരു രീതിയായിരിക്കും. സ്വതന്ത്രമായി വിനിമയം ചെയ്യാവുന്ന രീതിയിൽ രൊക്കം പണം നൽകേണ്ട ആവശ്യം അപ്പോൾ വരുന്നില്ലല്ലോ.

പരിഹരിക്കപ്പെടേണ്ടതായ മറ്റൊരു വിഷമപ്രശ്നം സാങ്കേതിക വിദ്യ സ്വായത്തമാക്കേണ്ടതിന്റേതാണ്.[6] അവികസിതരാജ്യങ്ങളിലെ സാങ്കേതിക വിദഗ്ധന്മാരുടെ ദൗർലഭ്യം പ്രസിദ്ധമാണല്ലോ. വേണ്ടത്ര വിദ്യാഭ്യാസ സ്ഥാപനങ്ങളില്ല; അധ്യാപകരില്ല. ചിലപ്പോൾ നമുക്ക്, നമ്മുടെ ആവശ്യങ്ങൾ എന്തൊക്കെയാണെന്നുതന്നെ ശരിക്ക് അറിയാത്ത പ്രശ്നവുമുണ്ട്. സാങ്കേതികവും സാംസ്കാരികവും പ്രത്യയ

ശാസ്ത്രപരവുമായ വികസനത്തിന് ഏറ്റവും വലിയ മുൻഗണന നൽകുന്ന നയം നടപ്പാക്കണമെന്ന തീരുമാനം കൈക്കൊണ്ടിട്ടുമില്ല.

സാങ്കേതിക വിദ്യാഭ്യാസത്തിനുള്ള സ്ഥാപനങ്ങൾ ആരംഭിക്കുന്നതിനുള്ള സാമ്പത്തിക സഹായം സോഷ്യലിസ്റ്റ് രാഷ്ട്രങ്ങൾ നൽകണം; ഇതിന്റെ വമ്പിച്ച പ്രാധാന്യത്തെക്കുറിച്ച് അവർ ഊന്നിപ്പറയണം; ഇന്നത്തെ ആവശ്യങ്ങൾ നിറവേറ്റുന്നതിന് ഉതകുന്ന സാങ്കേതിക വിദഗ്ധന്മാരെ അയച്ചുതരണം.

അവസാനം പറഞ്ഞ കാര്യം ഊന്നിപ്പറയേണ്ടത് അത്യാവശ്യമാണ്. നമ്മുടെ നാടുകളിലേക്കു വരുന്ന സാങ്കേതിക വിദഗ്ധന്മാർ വളരെ സമർഥരായിരിക്കണം. വളരെ അപരിചിതമായ ചുറ്റുപാടുകളെ, പലപ്പോഴും സാങ്കേതികവിദ്യയോട് ശത്രുതപുലർത്തുന്ന ചുറ്റുപാടുകളെ, വ്യത്യസ്തമായ ഭാഷയെ, തീർത്തും വ്യത്യസ്തമായ ആചാരങ്ങളെ അഭിമുഖീകരിക്കുന്ന സഖാക്കളാണവർ. വളരെ വിഷമകരമായ ഈ കടമ ഏറ്റെടുക്കുന്ന സാങ്കേതിക വിദഗ്ധന്മാർ ഒന്നാമത് നല്ല കമ്യൂണിസ്റ്റുകാരായിരിക്കണം—കമ്യൂണിസ്റ്റ് എന്ന വാക്കിന്റെ ഏറ്റവും അഗാധവും ഏറ്റവും ആദരണീയവും ആയ അർഥത്തിൽത്തന്നെ. ഈ ഒരൊറ്റ ഗുണത്തോടൊപ്പം ഒരൽപ്പം സംഘടനാ സാമർഥ്യവും ഉദാരമായ പെരുമാറ്റവും ഉണ്ടെങ്കിൽ അദ്ഭുതങ്ങൾതന്നെ ഉണ്ടാക്കാൻ കഴിയും.

ഇതിനു കഴിയുമെന്ന് ഞങ്ങൾക്കറിയാം. സഹോദരരാഷ്ട്രങ്ങൾ ഞങ്ങൾക്ക് ഏതാനും സാങ്കേതിക വിദഗ്ധന്മാരെ അയച്ചുതന്നിട്ടുണ്ട്—പത്ത് സാങ്കേതിക സ്ഥാപനങ്ങൾക്കു കഴിയുന്നതിലധികം കാര്യങ്ങൾ അവർ ഞങ്ങളുടെ വികസനത്തിനുവേണ്ടി ചെയ്തുതന്നിട്ടുണ്ട്; പത്ത് അംബാസിഡർമാരോ നൂറ് നയതന്ത്രപ്രതിനിധികളോ ചെയ്യുന്നതിലധികം കാര്യങ്ങൾ അവർ ഞങ്ങളുടെ സൗഹൃദത്തിനുവേണ്ടി ചെയ്തുതന്നിട്ടുണ്ട്.

മേൽപറഞ്ഞ കാര്യങ്ങളെല്ലാം ഞങ്ങൾക്ക് നേടാൻ കഴിയുമെങ്കിൽ, വികസിതരാഷ്ട്രങ്ങളുടെ സാങ്കേതിക വൈദഗ്ധ്യമെല്ലാം അവികസിതരാഷ്ട്രങ്ങളുടെ സേവനത്തിനായി ലഭ്യമാകുമെങ്കിൽ, വ്യത്യസ്ത രാഷ്ട്രങ്ങളുടെ തനതായ കണ്ടുപിടുത്തങ്ങളെ തടയുന്ന ഇന്നത്തെ പാറ്റന്റ് വ്യവസ്ഥയുടെ തടസമില്ലെങ്കിൽ, നമ്മുടെ പൊതുവായ കടമ നിറവേറ്റുന്ന കാര്യത്തിൽ നമുക്ക് വളരെയേറെ മുന്നോട്ടുപോകാൻ കഴിയും.

നിരവധി ഭാഗികമായ യുദ്ധങ്ങളിൽ സാമ്രാജ്യത്വം തോറ്റിട്ടുണ്ട്. എങ്കിലും അതിന്നും ഒരു വലിയ ശക്തിയായിത്തന്നെ നിലനിൽക്കുകയാണ്. നമ്മുടെയെല്ലാം ഭാഗത്തുനിന്ന് വേണ്ടത്ര പരിശ്രമവും ത്യാഗങ്ങളും ഇല്ലെങ്കിൽ സാമ്രാജ്യത്വത്തെ ആത്യന്തികമായി പരാജയപ്പെടുത്താൻ കഴിയുകയില്ല.

അതെന്തായാലും നിർദിഷ്ടമായ ഈ നടപടികൾ ഏകപക്ഷീയ

മായി നടപ്പാക്കാൻ കഴിയുകയില്ല. അവികസിതരാജ്യങ്ങളുടെ വികസനത്തിന് സോഷ്യലിസ്റ്റ് രാഷ്ട്രങ്ങൾ സഹായം ചെയ്യണം എന്ന കാര്യം ഞങ്ങൾ അംഗീകരിക്കുന്നു. എന്നാൽ, ഒരു പുതിയ സമൂഹം കെട്ടിപ്പടുക്കുന്നതിനുള്ള മാർഗത്തിൽ, അവികസിതരാജ്യങ്ങൾ നിശ്ചയദാർഢ്യത്തോടെ തങ്ങളുടെ ശക്തികളെ ഉറപ്പിച്ചുനിർത്തേണ്ടിയിരിക്കുന്നു—ആ സമൂഹത്തിന് പറയുന്ന പേര് എന്തുതന്നെയായിരുന്നാലും ശരി, ആ സമൂഹത്തിൽ തൊഴിലെടുക്കുന്നതിനുള്ള ഒരു യന്ത്രം, ഇനിയൊരിക്കലും ഒരു മനുഷ്യനെ ചൂഷണം ചെയ്യുന്നതിന് മറ്റൊരു മനുഷ്യന്റെ കൈയിലുള്ള ഉപകരണമായിരിക്കുകയില്ല എന്നു തന്നെയല്ല, മുതലാളിത്തത്തിനും സോഷ്യലിസത്തിനും നടുവിൽ രണ്ടിനെയും സന്തുലനം ചെയ്തുകൊണ്ട്, അത്തരം മത്സരങ്ങളിൽനിന്ന് തങ്ങൾ എന്തെങ്കിലും മെച്ചമുണ്ടാക്കുന്നതിനായി അതിലൊരു ശക്തിയെ മറ്റേതിനെതിരായി ഉപയോഗപ്പെടുത്തുന്ന രാജ്യങ്ങൾക്ക് സോഷ്യലിസ്റ്റ് രാജ്യങ്ങളുടെ വിശ്വാസം പ്രതീക്ഷിക്കാനും കഴിയുകയില്ല. സമൂഹത്തിലെ ഈ രണ്ട് ഗ്രൂപ്പുകൾ തമ്മിലുള്ള ബന്ധത്തെ, തികച്ചും ഗൗരവബോധത്തോടുകൂടിയ ഒരു പുതിയ നയമാണ് നിയന്ത്രിക്കേണ്ടത്. ഉൽപ്പാദനോപകരണങ്ങൾ സ്റ്റേറ്റിന്റെ കൈകളിലായിരിക്കുന്നതാണ് അഭികാമ്യം എന്നും അങ്ങനെയായാൽ ചൂഷണത്തിന്റെ അടയാളങ്ങൾ ക്രമേണ ക്രമേണ അപ്രത്യക്ഷമായിത്തീരും എന്നും ഊന്നിപ്പറയേണ്ടത് ആവശ്യമാണ്.

എന്നുതന്നെയല്ല, താൽക്കാലിക കാര്യലാഭത്തിനുള്ള ഏർപ്പാടായി വികസനത്തെ വിട്ടുകൊടുക്കാനും കഴിയുകയില്ല. ഒരു പുതിയ സമൂഹം കെട്ടിപ്പടുക്കുന്നതിനെക്കുറിച്ച് ആസൂത്രണം നടത്തേണ്ടത് ആവശ്യമാണ്. സോഷ്യലിസത്തിന്റെ നിയമങ്ങളിൽ ഒന്നാണ് ആസൂത്രണം. അതില്ലാതെ സോഷ്യലിസത്തിന് നിലനിൽക്കാനാവുകയില്ല. നമ്മുടെ ഇന്നത്തെ കാലഘട്ടത്തിൽ അത്യാവശ്യമായ രീതിയിൽ മുന്നോട്ടുകുതിക്കുന്നതിന് രാജ്യത്തിന്റെ സമ്പദ്വ്യവസ്ഥയുടെ വിവിധ മേഖലകളെ സമഞ്ജസമായി കൂട്ടിച്ചേർക്കുന്നതിന് കഴിയണമെങ്കിൽ ശരിയായ ആസൂത്രണം വേണംതാനും.

ഏതെങ്കിലും ചില അസംസ്കൃതവസ്തുക്കൾ കൈവശം വയ്ക്കുകയോ ഏതെങ്കിലും ചില നിർമിതവസ്തുക്കളോ അർധനിർമിതവസ്തുക്കളോ ഉൽപ്പാദിപ്പിക്കുകയോ ചെയ്യുന്ന (മറ്റു മിക്ക വസ്തുക്കളും കയ്യിലില്ലാത്ത[7]) വികലമായ വികസനത്തോടുകൂടിയ ചെറിയ ചെറിയ രാജ്യങ്ങളുടെ മാത്രം പ്രശ്നമായി ആസൂത്രണത്തെ ഒറ്റപ്പെടുത്തി കാണരുത്. വിവിധ ദേശീയ സമ്പദ്വ്യവസ്ഥകളെ പരസ്പരം കൂട്ടിച്ചേർക്കുന്നതിനും അങ്ങനെ ശരിക്കും പരസ്പരം ഗുണകരമായ അടിസ്ഥാനത്തിൽ സംയോജനം ഉണ്ടാക്കുന്നതിനുംവേണ്ടി, തുടക്കം തൊട്ടുതന്നെ ആസൂത്രണത്തിന് പ്രാദേശികമാനം നൽകേണ്ടതുണ്ട്.

നമ്മുടെ മുന്നിലുള്ള മാർഗം അപകടങ്ങൾ നിറഞ്ഞതാണെന്ന്

ഞങ്ങൾ വിശ്വസിക്കുന്നു—ചില അധീശമനസുകൾ ഭാവിയിൽ ഉണ്ടാകുമെന്ന് വിഭാവനം ചെയ്തതോ ആവാഹിച്ചുകൊണ്ടുവന്നതോ ആയ അപകടങ്ങളല്ല അവ; മറിച്ച്, നമ്മെ ചൂഴ്ന്നുനിൽക്കുന്ന യാഥാർഥ്യങ്ങളിൽനിന്ന് രൂപംകൊണ്ട അനുഭവവേദ്യമായ അപകടങ്ങളാണവ. കൊളോണിയലിസത്തിനെതിരായ യുദ്ധം അതിന്റെ അവസാനഘട്ടത്തിൽ എത്തിച്ചേർന്നിരിക്കുന്നു. എന്നാൽ, ഇന്നത്തെ കാലഘട്ടത്തിൽ, സാമ്രാജ്യത്വ മേധാവിത്വത്തിന്റെ അനന്തരഫലം മാത്രമാണ് കൊളോണിയൽ പദവി. സാമ്രാജ്യത്വം നിലനിൽക്കുന്നിടത്തോളം കാലം, അതിന്റെ നിർവചനം അനുസരിച്ചുതന്നെ, മറ്റു രാജ്യങ്ങളുടെമേൽ അത് അതിന്റെ മേധാവിത്വം ചെലുത്തിക്കൊണ്ടിരിക്കുന്നതായിരിക്കും. ഇന്ന് ആ മേധാവിത്വത്തിനുള്ള പേര് പുത്തൻ കൊളോണിയലിസം എന്നാണ്.

പുത്തൻ കൊളോണിയലിസം ആദ്യം വളർന്നുവന്നത് തെക്കേ അമേരിക്കയിലാണ്—ഒരു വൻകരയിൽ മുഴുവൻ. ഇന്ന് ആഫ്രിക്കയിലും ഏഷ്യയിലും വർധിതവീര്യത്തോടെ അതിന്റെ സാന്നിധ്യം അനുഭവപ്പെട്ടുകൊണ്ടിരിക്കുന്നു. അതിന്റെ വളർച്ചയുടെയും നുഴഞ്ഞുകയറ്റത്തിന്റെയും രൂപങ്ങൾക്ക് വ്യത്യസ്ത സ്വഭാവ സവിശേഷതകളാണുള്ളത്. കോംഗോവിൽ നാം കണ്ട കിരാതരൂപമാണ് അതിലൊന്ന്. ഒരു മറവുംകൂടാതെ, ഒരു ബഹുമാനവും പരിഗണനയുമില്ലാതെ അഴിഞ്ഞാടുന്ന പൈശാചികമായ സേനയാണ് അതിന്റെ ഏറ്റവും വലിയ ആയുധം. കൂടുതൽ നിഗൂഢമായ മറ്റൊരു മാർഗവുമുണ്ട്: രാഷ്ട്രീയ സ്വാതന്ത്ര്യം നേടുന്ന രാജ്യങ്ങളിലേക്ക് നുഴഞ്ഞുകയറുക; അവിടത്തെ പ്രാദേശികവും ജന്മംകൊണ്ടിട്ട് അധികകാലമായിട്ടില്ലാത്തതുമായ ബൂർഷ്വാസിയുമായി കൂട്ടുകൂടുക; മുൻ കോളനിശക്തികളുടെ താൽപ്പര്യങ്ങളുമായി ദൃഢമായ കൂട്ടുകെട്ടിലേർപ്പെട്ട ഇത്തിക്കണ്ണി ബൂർഷ്വാവർഗത്തെ വളർത്തിയെടുക്കുക. ജനങ്ങളുടെ ജീവിതനിലവാരത്തിൽ താൽക്കാലികമായി ഉണ്ടാവുന്ന ചില വർധനകളുടെ അടിസ്ഥാനത്തിലാണ് ഈ വളർച്ച സംഭവിക്കുന്നത്. കാരണം, വളരെ പിന്നോക്കം നിൽക്കുന്ന ഒരു രാജ്യത്ത്, ഫ്യൂഡൽ ബന്ധങ്ങളിൽനിന്ന് മുതലാളിത്ത ബന്ധങ്ങളിലേക്കുള്ള വളരെ ലളിതമായ ഒരു ചുവടുവെപ്പുപോലും വലിയ മുന്നേറ്റമായി തോന്നും—ദീർഘകാലാടിസ്ഥാനത്തിൽ തൊഴിലാളികൾക്കുണ്ടാകുന്ന കടുത്ത അനന്തരഫലങ്ങളെ വേണ്ടത്ര പരിഗണിക്കാത്തതുകൊണ്ടാണ് അങ്ങനെ തോന്നുന്നത്.

പുത്തൻ കൊളോണിയലിസം അതിന്റെ കൂർത്ത നഖങ്ങൾ കോംഗോയിൽ പുറത്തുകാണിച്ചുതുടങ്ങിയിരിക്കുന്നു. അത് അതിന്റെ ശക്തിയുടെ അടയാളമല്ല; മറിച്ച് ദൗർബല്യത്തിന്റെ അടയാളമാണ്. അതിന്റെ ഏറ്റവും കടുത്ത ആയുധംതന്നെ അതിന് അവിടെ പ്രയോഗിക്കേണ്ടിവന്നു. വളരെ കടുത്ത പ്രതിഷേധ പ്രതികരണങ്ങളാണ്

അത് ഉയർത്തിവിട്ടത്. എന്നാൽ, അതേ അവസരത്തിൽത്തന്നെ, ഏഷ്യയിലെയും ആഫ്രിക്കയിലെയും മറ്റു രാജ്യങ്ങളിൽ അതിനെക്കാളൊക്കെ മാർദവമേറിയ പുത്തൻ കൊളോണിയൽ രൂപമാണ് പ്രയോഗിച്ചുകൊണ്ടിരിക്കുന്നത്. ഈ ഭൂഖണ്ഡങ്ങളുടെ "തെക്കൻഅമേരിക്കൻ വൽക്കരണം" എന്ന് പലരും പറയുന്ന വിധത്തിലുള്ള വളർച്ചയാണ് ദ്രുതഗതിയിൽ അവിടെ സംഭവിച്ചുകൊണ്ടിരിക്കുന്നത്. അതായത്, ഒരു ഇത്തിക്കണ്ണി ബൂർഷ്വാസിയുടെ വളർച്ച. അതതു രാജ്യത്തിന്റെ ദേശീയ സമ്പത്തിലേക്ക് അത് ഒന്നുംതന്നെ മുതൽക്കൂട്ടുന്നില്ല; മറിച്ച്, തങ്ങൾ അവിഹിതമായി സമ്പാദിച്ച വമ്പിച്ച ലാഭം വിദേശത്തുള്ള മുതലാളിത്ത ബാങ്കുകളിൽ നിക്ഷേപിക്കുന്നു; കൂടുതൽ കൂടുതൽ ലാഭം കൊയ്യുന്നതിനുവേണ്ടി വിദേശരാജ്യങ്ങളുമായി ഇടപാട് നടത്തുന്നു; ജനങ്ങളുടെ ക്ഷേമം അവർ ശ്രദ്ധിക്കുന്നതേയില്ല.

രാഷ്ട്രീയപരമായി സൗഹൃദത്തിൽ വർത്തിക്കുന്നതും പലപ്പോഴും തൊട്ടടുത്തുകിടക്കുന്നതുമായ രാജ്യങ്ങൾ തമ്മിലുള്ള മത്സരം പോലെയുള്ള മറ്റ് അപകടങ്ങളുമുണ്ട്: അവർ ഒരേസമയത്ത് ഒരേ തരം ഉൽപ്പന്നങ്ങൾ ഉണ്ടാക്കാൻ ശ്രമിക്കുന്നു. അങ്ങനെയുണ്ടാകുന്ന വർധിച്ച അളവിലുള്ള ഉൽപ്പന്നങ്ങൾ ഉൾക്കൊള്ളാൻ വിപണിക്കു കഴിയാതെവരും. കൂടുതൽ ദൃഢമായ സാമ്പത്തിക സഹകരണം കൈവരിക്കുന്നതിന് ഉപയോഗപ്പെടുത്താവുന്ന കഴിവ് ഇതുമൂലം പാഴാക്കപ്പെടുന്നു എന്നതാണ് ഈ മത്സരത്തിന്റെ കോട്ടം. എന്നുമാത്രമല്ല, സാമ്രാജ്യത്വ കുത്തകകൾക്ക് കുതന്ത്രങ്ങൾ ഒപ്പിക്കാൻ അത് അവസരവും ഉണ്ടാക്കിക്കൊടുക്കുന്നു.

സോഷ്യലിസ്റ്റ് ക്യാമ്പിന്റെ ധനസഹായത്തോടെ ഒരു നിക്ഷേപ പദ്ധതി നടപ്പാക്കാൻ സാധിക്കാതെവരുമ്പോൾ, മുതലാളിത്തരാജ്യങ്ങളുമായി കരാറിൽ ഒപ്പിട്ട് ആ പദ്ധതി പൂർത്തിയാക്കാനുള്ള സന്ദർഭങ്ങളുണ്ടാകാറുണ്ട്. അത്തരം മുതലാളിത്ത നിക്ഷേപങ്ങളിൽ, വായ്പയുടെ കാര്യത്തിൽ ദോഷകരമായ നിബന്ധനകൾ ഉണ്ടാകാറുണ്ട് എന്നതിനു പുറമെ, അപകടകാരികളായ അയൽരാജ്യങ്ങളുമായി അത്തരം മുതലാളിത്തരാജ്യങ്ങൾ സംയുക്ത സംരംഭങ്ങൾ ആരംഭിക്കാറുമുണ്ട്—അതാണ് ഏറ്റവും പ്രധാനപ്പെട്ട ദോഷം എന്നു പറയാം. മറ്റു രാജ്യങ്ങളിൽ സമാന്തരമായി ആരംഭിച്ച ഇത്തരം സംരംഭങ്ങൾ സാമ്പത്തിക ശത്രുത വളർത്തിക്കൊണ്ട്, സുഹൃദ്രാഷ്ട്രങ്ങളെ ഭിന്നിപ്പിക്കാൻ ശ്രമിക്കും. എന്നുതന്നെയല്ല, നിരവധി ജനങ്ങളുടെ മനസുകളിൽ പുകമറ സൃഷ്ടിച്ചുകൊണ്ട് നേട്ടങ്ങളെയും ക്ഷേമങ്ങളെയും പറ്റിയുള്ള മായാദൃശ്യം ഉയർത്തിവിടുന്നതിൽ അതിവിദഗ്ധമായ മുതലാളിത്തത്തിന്റെ സ്ഥായിയായ സാന്നിധ്യം മൂലം അഴിമതി പടരാനും സാധ്യതയുണ്ട്. അതാണ് മറ്റൊരു വലിയ അപകടം.

കുറച്ചുകഴിഞ്ഞാൽ, ഒരേ തരത്തിലുള്ള ഉൽപ്പന്നങ്ങൾകൊണ്ട് വിപണി നിറഞ്ഞുകവിയുകയും വിലയിടിയുകയും ചെയ്യും. അതിന്റെ

ദുരന്തം അനുഭവിക്കേണ്ടിവരുന്ന രാജ്യങ്ങൾ പുതിയ വായ്പ തേടാൻ നിർബന്ധിതരായിത്തീരും; അഥവാ, മറ്റുള്ളവയുമായി മത്സരിക്കുന്നതിനായി കൂടുതൽ നിക്ഷേപം നടത്താൻ മുതലാളിത്തരാജ്യത്തിന് അനുവാദം നൽകാൻ നിർബന്ധിതരായിത്തീരും. അത്തരമൊരു നയത്തിന്റെ ആത്യന്തികഫലം സമ്പദ്‌വ്യവസ്ഥ കുത്തകകളുടെ കൈയിൽ ചെന്നകപ്പെടുക എന്നതായിരിക്കും. ഒടുവിൽ പഴയ അവസ്ഥയിലേക്ക് പതുക്കെയാണെങ്കിലും ഉറപ്പായും തിരിച്ചുപോവുകയും ചെയ്യും. അതുകൊണ്ട്, സുരക്ഷിതമായ ഒരേയൊരു നിക്ഷേപപദ്ധതി ഇതാണ്: ചരക്കുകൾ വാങ്ങുന്ന ഒരേയൊരു ക്രേതാവ് എന്ന നിലയിൽ സ്റ്റേറ്റിന്റെ പ്രത്യക്ഷമായ പങ്കാളിത്തം ഉറപ്പാക്കുക; സാധനങ്ങൾ എത്തിച്ചുതരുന്നതിനുള്ള കരാറുകാരൻ എന്ന അവസ്ഥയിലേക്ക് സാമ്രാജ്യത്വത്തിന്റെ പ്രവർത്തനങ്ങൾ പരിമിതപ്പെടുത്തുക; നമ്മുടെ വീട്ടിനുള്ളിലേക്ക് കാലെടുത്തുവയ്ക്കാൻ സാമ്രാജ്യത്വത്തെ അനുവദിക്കാതിരിക്കുക. എന്നുമാത്രമല്ല, നമുക്ക് ഏറ്റവും ഭാരംകുറഞ്ഞ വ്യവസ്ഥകൾ നേടിയെടുക്കുന്നതിനായി, സാമ്രാജ്യത്വത്തെ വൈരുധ്യങ്ങളിൽനിന്ന് മുതലെടുക്കാൻ നോക്കേണ്ടത് ഇവിടെ, യുക്തിയും നീതിയും ശരിയുമാണുതാനും.

സാമ്രാജ്യത്വരാജ്യങ്ങൾ നേരിട്ടോ, തങ്ങളുടെ പാവഗവൺമെന്റുകൾ വഴിയോ നൽകുന്ന "ചരടുകളില്ലാത്ത" സാമ്പത്തികവും സാംസ്കാരികവും മറ്റുമായ ധനസഹായത്തെ നാം ശ്രദ്ധാപൂർവം വീക്ഷിക്കുകയും വേണം. ലോകത്തിലെ പല ഭാഗങ്ങളിലും ഇന്ന് അത്തരം ധനസഹായങ്ങൾക്ക് നല്ല സ്വീകരണം ലഭിക്കുന്നുണ്ട്.

ഈ അപകടങ്ങളെയെല്ലാം യഥാസമയം കണ്ടില്ലെങ്കിൽ, വളരെ ആവേശത്തോടും ശുഭാപ്തിവിശ്വാസത്തോടും കൂടിയ ദേശീയ വിമോചന പ്രക്രിയ ആരംഭിച്ച പല രാജ്യങ്ങളും ഒടുവിൽ പുത്തൻ കൊളോണിയൽ മാർഗത്തിൽ ചെന്നെത്തുന്നത് കാണാം; കുത്തകമേധാവിത്വം വളരെ നിഗൂഢമായി, ഘട്ടം ഘട്ടമായിട്ടാണല്ലോ സ്ഥാപിക്കപ്പെട്ടുകൊണ്ടിരിക്കുന്നത്. അതുകൊണ്ട്, അതിന്റെ ആഘാതങ്ങളെ, പൈശാചികമായി അവയുടെ വിശ്വരൂപം പ്രകടിപ്പിക്കുംവരെ, തിരിച്ചറിയുന്നത് വിഷമകരം തന്നെയാണ്.

വളരെ വലിയ ഒരു ജോലി ചെയ്തുതീർക്കാനുണ്ട്. സോഷ്യലിസ്റ്റ് രാഷ്ട്രങ്ങൾ എന്നും മൂന്നാംലോകം എന്നും പറയുന്ന നമ്മുടെ രണ്ടു ലോകങ്ങളെയും അളവറ്റ പ്രശ്നങ്ങളാണ് നേരിടുന്നത്—ജനങ്ങളെ നേരിട്ടു ബാധിക്കുന്നതും അവരുടെ ക്ഷേമത്തെ സംബന്ധിക്കുന്നതുമായ പ്രശ്നങ്ങൾ; നമ്മുടെ പിന്നോക്കാവസ്ഥയ്ക്ക് കാരണക്കാരായ പ്രധാന ശക്തികൾക്കെതിരായ സമരവുമായി ബന്ധപ്പെട്ട പ്രശ്നങ്ങൾ. ഇത്തരം പ്രശ്നങ്ങളെ നേരിടേണ്ടിവരുന്ന പശ്ചാത്തലത്തിൽ, തങ്ങളുടെ കടമകളെക്കുറിച്ചും ഇന്നത്തെ പരിതഃസ്ഥിതിയിൽ അന്തർലീനമായിട്ടുള്ള അപകടങ്ങളെക്കുറിച്ചും വികസനത്തിന് അവ

ശ്യം അനുഷ്ഠിക്കേണ്ട ത്യാഗങ്ങളെക്കുറിച്ചും ബോധവാന്മാരായ എല്ലാ ജനങ്ങളും രാജ്യങ്ങളും, ഒരിക്കലും വേർതിരിക്കാൻ കഴിയാത്ത രണ്ടു മണ്ഡലങ്ങളിലെ (സാമ്പത്തിക-രാഷ്ട്രീയ മണ്ഡലങ്ങൾ) നമ്മുടെ സൗഹൃദം അരക്കിട്ടുറപ്പിക്കുന്നതിന് ആവശ്യമായ മൂർത്തമായ നടപടികൾ കൈക്കൊള്ളേണ്ടിയിരിക്കുന്നു. വളരെ വളരെ ദൃഢമായ ഒരു ബ്ലോക്ക് നാം സംഘടിപ്പിച്ച് സ്ഥാപിക്കണം. അതാകട്ടെ, സാമ്രാജ്യത്വത്തിന്റെ രാഷ്ട്രീയാധികാരത്തിൽനിന്നു മാത്രമല്ല, അതിന്റെ സാമ്പത്തികാധികാരത്തിൽനിന്നും പുതിയ രാജ്യങ്ങളെ സ്വയം മോചിപ്പിക്കുന്നതിന് സഹായിക്കുകയും വേണം.

അടിച്ചമർത്തിക്കൊണ്ടിരിക്കുന്ന ഒരു രാഷ്ട്രീയശക്തിയിൽനിന്ന് സായുധസമരത്തിലൂടെ മോചനം നേടുന്നതിന്റെ പ്രശ്നം; തൊഴിലാളിവർഗ സാർവദേശീയതയുടെ നിയമങ്ങൾക്കനുസരിച്ചുവേണം കൈകാര്യം ചെയ്യാൻ. യുദ്ധത്തിൽ ഏർപ്പെട്ടുകൊണ്ടിരിക്കുന്ന ഒരു സോഷ്യലിസ്റ്റ് രാഷ്ട്രത്തിൽ, തന്റെ ഫാക്ടറിയിൽ ഉൽപ്പാദിപ്പിച്ച ടാങ്കുകൾ യുദ്ധമുന്നണിയിലേക്ക് കപ്പൽ വഴി കൊടുത്തയയ്ക്കുന്നതിനു മുമ്പ് അതിന്റെ വില കിട്ടണം എന്ന് ഒരു ഫാക്ടറി മാനേജർ ശഠിക്കുന്നത് ബുദ്ധിശൂന്യതയാണ്. വിമോചനത്തിനുവേണ്ടി യുദ്ധം ചെയ്യുന്ന, അഥവാ തങ്ങളുടെ സ്വാതന്ത്ര്യം സംരക്ഷിക്കുന്നതിനുവേണ്ടി യുദ്ധം ചെയ്യുന്ന ജനങ്ങളോട്, അവർ ആവശ്യപ്പെട്ട ആയുധങ്ങൾ നൽകുന്നതിന് അവർക്ക് വില നൽകാൻ കഴിയുമോ എന്ന കാര്യം ഉറപ്പു നൽകണം എന്ന് ആവശ്യപ്പെടുന്നതും, അതുപോലെതന്നെ ബുദ്ധിശൂന്യതയാണ്.

നമ്മുടെ ലോകത്തിൽ, ആയുധങ്ങൾ ചരക്കുകളായി കണക്കാക്കാൻ കഴിയില്ല. പൊതുവായ ശത്രുവിനെതിരെ ഉപയോഗിക്കുന്നതിനായി ആയുധങ്ങൾ ആവശ്യപ്പെടുന്ന ജനങ്ങൾക്ക്, വിലയൊന്നും കൂടാതെ, ആവശ്യമായ അളവിൽ അവ ലഭ്യമാക്കണം. സോവിയറ്റ് യൂണിയനും ജനകീയ ജനാധിപത്യ ചൈനയും തങ്ങളുടെ സൈനിക സഹായം നൽകാൻ തയ്യാറായത് അത്തരമൊരു വികാരത്തോടുകൂടിയാണ്. നാം സോഷ്യലിസ്റ്റുകാരാണ്; അത്തരം ആയുധങ്ങൾ ശരിയായ വിധത്തിലേ ഉപയോഗപ്പെടുത്തൂ എന്നതിനുള്ള ഉറപ്പ് നമ്മൾ തന്നെയാണ്. എന്നാൽ, ഇക്കാര്യത്തിൽ ഞങ്ങൾ മാത്രമല്ല; നമ്മളിൽ എല്ലാവർക്കും ഒരേതരത്തിലുള്ള പെരുമാറ്റം ലഭ്യമാകണം.

വിയത്നാമിനോ കോംഗോയ്ക്കോ എതിരായി അമേരിക്കൻ സാമ്രാജ്യത്വം നടത്തുന്ന ഹീനമായ ആക്രമണങ്ങൾക്കുള്ള ചുട്ടമറുപടി, ആ സഹോദരരാഷ്ട്രങ്ങൾക്ക് ആവശ്യമായ യുദ്ധോപകരണങ്ങൾ എല്ലാംതന്നെ യാതൊരു വ്യവസ്ഥയും മുന്നോട്ടുവയ്ക്കാതെ വേണ്ടത്ര അളവിൽ നൽകുകയും അവരോട് പൂർണമായ ഐക്യദാർഢ്യം പ്രകടിപ്പിക്കുകയും ചെയ്യുക എന്നതാണ്.

സാമ്പത്തിക മേഖലയിലാകട്ടെ, ലഭ്യമായ ഏറ്റവും ആധുനിക

മായ സാങ്കേതികവിദ്യകൊണ്ട് നാം വികസനത്തിന്റെ പാത വെട്ടിപ്പിടിക്കേണ്ടതുണ്ട്. ഫ്യൂഡലിസം തൊട്ട് ആണവശക്തിയുടെയും ആധുനിക യന്ത്രവൽക്കരണത്തിന്റെയും കാലഘട്ടം വരെയുള്ള ദീർഘമായ പാത തുടക്കംതൊട്ടേ ചവിട്ടിക്കയറാൻ നമുക്ക് സാധ്യമല്ല. അളവറ്റതും ഏറെയും അനാവശ്യവുമായ ത്യാഗങ്ങളുടെ നീണ്ട മാർഗമാണത്. സാങ്കേതികവിദ്യയുടെ ഇന്നത്തെ നിലവാരത്തിൽനിന്നുതന്നെ നമുക്ക് ആരംഭിക്കാം. കൂടുതൽ വികസിതങ്ങളായ രാജ്യങ്ങളും നമ്മുടെ രാജ്യവും തമ്മിലുള്ള ഇന്നത്തെ വിടവ് നികത്താൻ ഉതകുന്ന, സാങ്കേതികവിദ്യാസംബന്ധമായ വമ്പിച്ച കുതിച്ചുചാട്ടം നാം നടത്തേണ്ടതുണ്ട്. വൻകിട ഫാക്ടറികൾക്കും അതുപോലെതന്നെ, ശരിയായി വികസിച്ച കൃഷിക്കും ആവശ്യമായ സാങ്കേതികവിദ്യ ഉപയോഗിക്കേണ്ടതുണ്ട്. എല്ലാറ്റിനും ഉപരിയായി, അതിന്റെ അടിസ്ഥാനം, സാങ്കേതിക-പ്രത്യയശാസ്ത്രപരമായ വിദ്യാഭ്യാസമായിരിക്കണം; ഓരോ രാജ്യത്തിലും സ്ഥാപിക്കപ്പെടാൻ പോകുന്ന ഗവേഷണസ്ഥാപനങ്ങളെയും ഗവേഷണ സംഘടനകളെയും നിലനിർത്താൻ ഉതകുന്ന ശക്തിയും ബഹുജനാടിത്തറയും അതിനുണ്ടായിരിക്കുകയും വേണം; അതോടൊപ്പം തന്നെ, നിലവിലുള്ള സാങ്കേതികവിദ്യ ഉപയോഗിക്കുന്നതിനും പുതിയതായി സ്വായത്തമാക്കിയ സാങ്കേതികവിദ്യക്കനുസരിച്ച് സ്വയം മാറാനും കഴിയുന്ന സ്ത്രീ-പുരുഷന്മാരും ഉണ്ടായിരിക്കണം.

തങ്ങൾ ജീവിക്കുന്ന സമൂഹത്തോട് തങ്ങൾക്കുള്ള കടമയെന്തെന്ന് വ്യക്തമായി ബോധ്യമുള്ളവരായിരിക്കണം ഈ കേഡർമാർ. പ്രത്യയശാസ്ത്രപരമായ വിദ്യാഭ്യാസംകൊണ്ട് അനുപൂരകമാക്കപ്പെടുന്നില്ലെങ്കിൽ, സാങ്കേതികവിദ്യാപരമായ വിദ്യാഭ്യാസം വേണ്ടത്ര പ്രയോജനപ്പെടുകയില്ല. നമ്മുടെ വികസിതരാജ്യങ്ങളിലുമാകട്ടെ, സാങ്കേതികവിദ്യാപരമായ വിദ്യാഭ്യാസം നടപ്പാക്കപ്പെടുന്നില്ലെങ്കിൽ, വ്യാവസായിക വികസനത്തിന് ആവശ്യമായ അടിത്തറ വേണ്ടത്ര ഉണ്ടാവുകയുമില്ല. ആധുനിക സമൂഹത്തിന്റെ വികസനത്തെ, അഥവാ ഏറ്റവും അടിസ്ഥാനപരമായ ഉപഭോക്തൃ ചരക്കുകളുടെ ഉൽപ്പാദനത്തെ, അഥവാ സ്കൂൾ പഠനത്തെ നിർണയിക്കുന്നത് വ്യാവസായിക വികസനത്തിന് ആവശ്യമായ ഈ അടിത്തറയാണല്ലോ.

ദേശീയ വരുമാനത്തിന്റെ ഒരു നല്ലഭാഗം, വിദ്യാഭ്യാസത്തിനുവേണ്ടിയുള്ള ഉൽപ്പാദനപരമല്ലാത്ത നിക്ഷേപം എന്ന ആവശ്യത്തിനായി ചെലവഴിക്കേണ്ടിവരുന്നു. കാർഷികോൽപ്പാദനക്ഷമത വികസിപ്പിക്കുന്നതിനുവേണ്ടി വലിയ മുൻഗണന നൽകണം. നിരവധി മുതലാളിത്തരാജ്യങ്ങളിൽ കാർഷികോൽപ്പാദനം അവിശ്വസനീയമായ തലത്തിൽ എത്തിച്ചേർന്നിരിക്കുന്നു. വികസിതരാജ്യങ്ങളിൽ ഭക്ഷ്യധാന്യങ്ങളുടെയും മറ്റ് ഭക്ഷ്യ ഉൽപ്പന്നങ്ങളുടെയും വ്യാവസായിക അസംസ്കൃത സാധനങ്ങളുടെയും അമിതോൽപ്പാദനം അഥവാ വമ്പിച്ച മിച്ചം സൃഷ്ടിക്കുന്ന അർഥശൂന്യമായ പ്രതിസന്ധിയാണ്. ലോക

ത്തിന്റെ മറ്റു ഭാഗങ്ങളിൽ പട്ടിണി നടമാടുമ്പോൾ, ലോകത്തെയാകെ തീറ്റിപ്പോറ്റാൻ പര്യാപ്തമായതിന്റെ എത്രയോ മടങ്ങ് ഉൽപ്പാദിപ്പിക്കാൻ ആവശ്യമായ കൃഷിഭൂമിയും തൊഴിൽസേനയും ഈ രാജ്യങ്ങൾക്കുണ്ട്.

നമ്മുടെ വികസനത്തിന്റെ അടിസ്ഥാന സ്തൂപമായി കൃഷിയെ കണക്കാക്കേണ്ടതുണ്ട്. കാർഷിക ഘടനയിൽ മാറ്റം വരുത്തുക, പുതിയ സാങ്കേതികവിദ്യയുടെ സാധ്യതകൾക്ക് അനുരൂപമാക്കിത്തീർക്കുക, മനുഷ്യനെ മനുഷ്യൻ ചൂഷണം ചെയ്യുന്ന അവസ്ഥ അവസാനിപ്പിക്കുന്നതിനുള്ള കടമ ഏറ്റെടുക്കുക എന്നിവയായിരിക്കണം നമ്മുടെ പ്രവർത്തനത്തിന്റെ മൗലിക വശങ്ങൾ.

തിരുത്താൻ കഴിയാത്ത ദോഷങ്ങൾ വരുത്തിവച്ചേക്കാവുന്ന ചെലവേറിയ തീരുമാനങ്ങൾ കൈക്കൊള്ളുന്നതിനുമുമ്പ്, ദേശീയ ഭൂവിഭാഗത്തെക്കുറിച്ച് ശ്രദ്ധാപൂർവമായ ഒരു വിലയിരുത്തൽ നടത്തേണ്ടത് ആവശ്യമാണ്. സാമ്പത്തിക ഗവേഷണത്തിലെ പ്രാഥമിക നടപടികളിൽ ഒന്നാണത്; ശരിയായ ആസൂത്രണത്തിനുള്ള മൗലികമായ മുന്നുപാധിയാണത്.

നമ്മുടെ ബന്ധങ്ങൾ സ്ഥാപനവൽക്കരിക്കുന്നതിനുള്ള അൾജീരിയയുടെ നിർദേശങ്ങളെ ഞങ്ങൾ ഹാർദമായി സ്വാഗതം ചെയ്യുന്നു. അവയ്ക്ക് അനുബന്ധമായി ചില നിർദേശങ്ങൾകൂടി ഞങ്ങൾ മുന്നോട്ടുവയ്ക്കട്ടെ:

ഒന്നാമത്, സാമ്രാജ്യത്വത്തിനെതിരായ സമരത്തിൽ ഒരായുധമായി യൂണിയൻ മാറണമെങ്കിൽ, ലാറ്റിൻ അമേരിക്കൻ രാജ്യങ്ങളുടെ സഹകരണവും സോഷ്യലിസ്റ്റ് രാഷ്ട്രങ്ങളുമായുള്ള സഖ്യവും ആവശ്യമാണ്.

രണ്ടാമത്, യൂണിയന്റെ വിപ്ലവസ്വഭാവം കാത്തുസൂക്ഷിക്കുന്ന കാര്യത്തിലും ജനങ്ങളുടെ പൊതുവായ അഭിലാഷങ്ങളോടും വികാരങ്ങളോടും ചേർന്നുനിൽക്കാൻ തയ്യാറില്ലാത്ത ഗവൺമെന്റുകളെയും സംഘടനകളെയും അതിൽ ചേർക്കുന്നതിനെ തടയുന്ന കാര്യത്തിലും ന്യായമായ മാർഗത്തിൽനിന്ന് വ്യതിചലിച്ചുപോകുന്ന ഏതെങ്കിലും ഗവൺമെന്റിനെ അഥവാ ജനകീയ പ്രസ്ഥാനത്തെ അതിൽനിന്ന് ഒഴിച്ചുനിർത്തുന്നതിന് ആവശ്യമായ സംവിധാനം ഉണ്ടാക്കുന്ന കാര്യത്തിലും നാം ജാഗ്രത പാലിക്കണം.

മൂന്നാമത്, നമ്മുടെ രാജ്യങ്ങളും മുതലാളിത്തരാജ്യങ്ങളും തമ്മിൽ തുല്യതയുടെ അടിസ്ഥാനത്തിൽ പുതിയ ബന്ധങ്ങൾ സ്ഥാപിക്കുന്നതിനുവേണ്ടി നാം വാദിക്കണം; സംഘർഷങ്ങളുണ്ടാകുന്നപക്ഷം സ്വയം ന്യായീകരിക്കുന്നതിനും രക്ഷിക്കുന്നതിനും ആവശ്യമായ വിപ്ലവ നീതിശാസ്ത്രം ഉണ്ടാക്കണം; നമ്മുടെ രാജ്യങ്ങളും ലോകത്തിലെ മറ്റു രാജ്യങ്ങളും തമ്മിലുള്ള ബന്ധങ്ങൾക്ക് പുതിയ അർഥം നൽകണം.

ഞങ്ങൾ വിപ്ലവത്തിന്റെ ഭാഷ സംസാരിക്കുന്നു; ആ ലക്ഷ്യത്തിന്റെ വിജയത്തിനുവേണ്ടി ഞങ്ങൾ ആത്മാർഥമായി സമരം ചെയ്യുന്നു. എന്നാൽ, സാമ്രാജ്യത്വശക്തികൾ തമ്മിൽ തമ്മിലുള്ള സംഘട്ടനങ്ങളുടെ ഫലമായി (സ്വതന്ത്രരായ ജനങ്ങൾ, നീതിനിഷ്ഠരായ ജനങ്ങൾ തങ്ങളുടെ സമരങ്ങളുടെ ഇടയിൽ ഉണ്ടാക്കുന്ന നിയമങ്ങളല്ല) ഉണ്ടാക്കപ്പെട്ട അന്താരാഷ്ട്ര നിയമത്തിന്റെ വലക്കണ്ണികളിൽ പലപ്പോഴും ഞങ്ങൾ കുടുങ്ങിപ്പോകുന്നു.

ഉദാഹരണത്തിന്, ഞങ്ങളുടെ ഭൂവിഭാഗങ്ങളിൽ സാമ്രാജ്യത്വശക്തികൾ സ്ഥാപിച്ച സൈനികത്താവളങ്ങളുടെ വേദനാപൂർണമായ ഭാരം ഞങ്ങളുടെ ജനങ്ങൾക്ക് പേറേണ്ടിവരുന്നു; അല്ലെങ്കിൽ വമ്പിച്ച വിദേശ കടങ്ങളുടെ കടുത്ത ഭാരം ഞങ്ങൾക്ക് വഹിക്കേണ്ടിവരുന്നു. ഈ തിരിച്ചടികളുടെ കഥ നമുക്കെല്ലാം നല്ലപോലെ അറിവുള്ളതാണല്ലോ. പാവഗവൺമെന്റുകൾ, വിമോചനത്തിനുവേണ്ടിയുള്ള ദീർഘമായ സമരങ്ങളിൽ ദുർബലമാക്കപ്പെട്ട ഗവൺമെന്റുകൾ അഥവാ മുതലാളിത്ത വിപണിയുടെ നിയമങ്ങളുടെ പ്രവർത്തനം കാരണം ദുർബലമാക്കപ്പെട്ട ഗവൺമെന്റുകൾ, നമ്മുടെ ആഭ്യന്തര സുസ്ഥിരതയെ ഭീഷണിപ്പെടുത്തുന്നതും നമ്മുടെ ഭാവിയെ അട്ടിമറിക്കുന്നതുമായ സന്ധികളിൽ ഏർപ്പെടാൻ തയ്യാറായിട്ടുണ്ട്. നമ്മുടെ കഴുത്തിലുള്ള നുകം വലിച്ചെറിയുന്നതിനും മർദക സ്വഭാവത്തോടുകൂടിയ വിദേശ വായ്പകളുടെ നിബന്ധനകൾ മാറ്റുന്നതിന് സാമ്രാജ്യത്വ രാജ്യങ്ങളെ നിർബന്ധിക്കുന്നതിനും കടന്നാക്രമണത്തിനുള്ള സാമ്രാജ്യത്വരാജ്യങ്ങളുടെ സൈനികത്താവളങ്ങൾ ഉപേക്ഷിച്ച് ഒഴിഞ്ഞുപോകാൻ അവരുടെമേൽ സമ്മർദം ചെലുത്തുന്നതിനും പറ്റിയ സമയം ഇതാണ്.

ഇന്ന് നിങ്ങളുടെ മുന്നിൽ വന്നുനിന്ന് പ്രസംഗിക്കാൻ അവസരം ലഭിച്ച ഒരേയൊരു ലാറ്റിൻ അമേരിക്കൻ രാജ്യമാണ് ക്യൂബ. എങ്കിലും ലാറ്റിൻ അമേരിക്കയിൽ ക്യൂബ എന്ന ഒരൊറ്റ രാജ്യമല്ല ഉള്ളത് എന്ന വസ്തുത ഇവിടെ തടിച്ചുകൂടിയ നിങ്ങളുടെ ശ്രദ്ധയിൽപ്പെടുത്താതെ, ഈ പരാമർശങ്ങൾ, നിങ്ങൾക്കെല്ലാം അറിയാവുന്ന ഈ സങ്കൽപ്പനങ്ങളുടെ കഥാകഥനം അവസാനിപ്പിക്കാൻ ഞാൻ ആഗ്രഹിക്കുന്നില്ല. ഞങ്ങൾക്കു കിട്ടിയ ഈ അവകാശം നേടിയെടുക്കുന്നതിനായി മറ്റുള്ള ജനങ്ങൾ രക്തം ചീന്തിക്കൊണ്ടിരിക്കുകയാണ്. ഈ സമ്മേളനത്തിൽ വച്ച്, മറ്റു സമ്മേളനങ്ങൾ എവിടെവച്ച് നടന്നാലും അവിടന്ന്, വിയത്നാമിലെയും ലാവോസിലെയും പോർത്തുഗലിലെയും ഗിനിയയിലെയും ദക്ഷിണാഫ്രിക്കയിലെയും പലസ്തീനിലെയും (തങ്ങളുടെ വിമോചനത്തിനായി സമരം ചെയ്തുകൊണ്ടിരിക്കുന്ന എല്ലാ ചൂഷിത രാജ്യങ്ങളിലെയും) വീരജനതകൾക്ക് ഞങ്ങൾ ഞങ്ങളുടെ അഭിവാദ്യങ്ങൾ അയയ്ക്കുമ്പോൾ, അതോടൊപ്പംതന്നെ വെനിസ്വലയിലെയും ഗ്വാട്ടിമാലയിലെയും കൊളംബിയയിലെയും നമ്മുടെ സഹോദരരായ ജനങ്ങൾക്ക് (അവരൊക്കെ ഇന്ന് കൈയിൽ ആയുധങ്ങളെടുത്ത് സാമ്രാ

ജ്യത്വ ശത്രുവിനോട് "ഇല്ല" എന്ന ദൃഢനിശ്ചയത്തോടെ പ്രഖ്യാപിച്ചു കൊണ്ടിരിക്കുകയാണ്) ഞങ്ങൾ സൗഹൃദത്തിന്റെ സന്ദേശവും സഹായഹസ്തവും പ്രോത്സാഹനവും നൽകുകയാണ്.

സ്വാതന്ത്ര്യത്തിന്റെ ധീരോദാത്തമായ തലസ്ഥാനമായ അൾജിയേഴ്സിനെപ്പോലെ, ഇത്തരം പ്രഖ്യാപനങ്ങൾ നടത്താൻ പറ്റിയ വേദികൾ വേറെ ഏറെയില്ല. നമ്മുടെ പ്രിയപ്പെട്ട സഖാവ് അഹമ്മദ് ബെൻ ബെല്ലയുടെ നായകത്വത്തിലുള്ള പാർട്ടിയുടെ നിർണായകമായ നേതൃത്വത്തിൻകീഴിൽ സ്വാതന്ത്ര്യത്തിനുവേണ്ടി ധീരമായ ത്യാഗങ്ങൾ സഹിച്ച അൾജീരിയയിലെ മഹത്തായ ജനത ലോക സാമ്രാജ്യത്വത്തിനെതിരെയുള്ള വിശ്രമരഹിതമായ നമ്മുടെ പോരാട്ടത്തിൽ നമുക്ക് എല്ലായ്പ്പോഴും ആവേശമായിരിക്കട്ടെ.

ക്യൂബയിലെ സോഷ്യലിസത്തെയും മനുഷ്യനെയും കുറിച്ചുള്ള കുറിപ്പുകൾ

ഏറെ വൈകിയാണെങ്കിലും ആഫ്രിക്കയിലൂടെയുള്ള എന്റെ യാത്രയ്ക്കിടയിൽ ഈ കുറിപ്പുകൾ ഞാൻ പൂർത്തിയാക്കുന്നു. ഞാനെന്റെ വാക്കു പാലിക്കുകയാണ്. മുകളിൽ പറഞ്ഞ വിഷയത്തെക്കുറിച്ചാണ് ഞാനെഴുതുന്നത്. ഉറുഗ്വെയിലെ വായനക്കാർക്ക് അതിൽ താൽപ്പര്യമുണ്ടാകുമെന്ന് ഞാൻ കരുതട്ടെ.

*   *   *   *   *

സോഷ്യലിസത്തിനെതിരായ പ്രത്യയശാസ്ത്രപരമായ സമരത്തിൽ മുതലാളിത്തത്തിന്റെ വക്താക്കൾ സാധാരണ ഉന്നയിക്കാറുള്ള ഒരു വാദമുഖമുണ്ട്, സോഷ്യലിസത്തിന്റെ അഥവാ നാമിപ്പോൾ എത്തിനിൽക്കുന്ന സോഷ്യലിസ്റ്റ് നിർമാണ കാലഘട്ടത്തിന്റെ മുഖമുദ്ര വ്യക്തിയെ രാഷ്ട്രത്തിന് വിധേയപ്പെടുത്തുക എന്നതാണ്. സൈദ്ധാന്തികമായ പശ്ചാത്തലത്തിൽ ഈ വാദമുഖം തെറ്റാണെന്ന് സ്ഥാപിക്കാനല്ല, മറിച്ച്, ക്യൂബയിൽ ഇന്ന് നിലവിലുള്ള വസ്തുതകൾ നിരത്തിവെയ്ക്കുകയും അതിന്റെകൂടെ പൊതുസ്വഭാവത്തിലുള്ള വ്യാഖ്യാനങ്ങൾ കൂട്ടിച്ചേർക്കുകയും ചെയ്യാനാണ് ഞാൻ ശ്രമിക്കുക. ഭരണം കയ്യടക്കുന്നതിനു മുമ്പും പിമ്പുമുള്ള ഞങ്ങളുടെ വിപ്ലവസമരത്തിന്റെ ചരിത്രം ചിത്രീകരിച്ചുകൊണ്ട് ഞാൻ ആരംഭിക്കാം.

നിങ്ങൾക്കൊക്കെ അറിയാവുന്നതുപോലെ വിപ്ലവസമരം കൃത്യമായി ആരംഭിച്ചത് 1953 ജൂലായ് 26-നാണ്. അതിന്റെ പരിസമാപ്തി 1959 ജനുവരി 1-നും. ജൂലായ് 26 രാവിലെ, ഫിദെൽ കാസ്ട്രോവിന്റെ നേതൃത്വത്തിലുള്ള ഒരു വിഭാഗം ആളുകൾ ഒറിയന്തെ പ്രവിശ്യയിലെ മൊൺകാദ ബാരക്കുകൾ ആക്രമിച്ചു. ആക്രമണം ഒരു പരാജയമായിരുന്നു. പരാജയം ഒരു വിനാശമായി മാറി; മരിക്കാതെ അവശേഷിച്ചവർ തടവറയിലാണ് എത്തിയത്. പൊതുമാപ്പു നൽകി

അവരെയെല്ലാം വിട്ടയച്ചതിനുശേഷം വീണ്ടും വിപ്ലവസമരം ആരംഭിച്ചു.

സോഷ്യലിസത്തിന്റെ ബീജാവാപം മാത്രം നടന്ന ഈ ഘട്ടത്തിൽ, അടിസ്ഥാനഘടകം മനുഷ്യൻ തന്നെയാണ്. ഞങ്ങൾ അവനിൽ തന്നെയാണ്, സ്വന്തം പേരും കുടുംബപ്പേരുമുള്ള പ്രത്യേകം പ്രത്യേകം വ്യക്തികളിൽ തന്നെയാണ് വിശ്വാസമർപ്പിച്ചത്. അവനെ ഏൽപ്പിക്കുന്ന ജോലിയിൽ ജയിക്കുകയോ തോൽക്കുകയോ ചെയ്യുന്നത് അവന്റെ പ്രവർത്തനശേഷിയെ ആശ്രയിച്ചിരിക്കുന്നു.

പിന്നെ ഗറില്ലാസമരത്തിന്റെ ഘട്ടമായി. രണ്ടു വ്യതിരിക്ത ഘടകങ്ങളിലായിട്ടാണ് അത് വളർന്നുവന്നത്—ഒന്നാമത്തേത് അപ്പോഴും ഉറങ്ങിക്കിടന്നിരുന്ന, ഉണർത്തി അണിനിരത്തേണ്ടിയിരുന്ന ബഹുജനസമരങ്ങളിൽ; രണ്ടാമത്തേത്, പ്രസ്ഥാനത്തിന്റെ മുന്നണിപ്പടയാളിയും ചാലകശക്തിയും വിപ്ലവബോധത്തിന്റെയും സമരാവേശത്തിന്റെയും ഉൽപ്പത്തിസ്ഥാനവുമായ ഗറില്ലകളിൽ. ഈ മുന്നണിപ്പടയാളികളാണ്—പ്രേരകഘടകങ്ങളാണ് വിജയത്തിനുവേണ്ടി ആത്മനിഷ്ഠമായ സാഹചര്യങ്ങൾ ഉളവാക്കിയത്.

ഇവിടെയും—ഞങ്ങളുടെ സ്വഭാവത്തിലും മനസുകളിലും സംഭവിച്ച വിപ്ലവവൽക്കരണത്തിലും ചിന്തയുടെ തൊഴിലാളിവർഗവൽക്കരണ പ്രക്രിയയിലും—വ്യക്തി തന്നെയായിരുന്നു അടിസ്ഥാന ഘടകം. വിപ്ലവസേനയിലെ ഉന്നതപദവിയിലെത്തിയ സിയേറ മെയ്സ്ത്രയിലെ ഓരോ പടയാളിക്കും സ്വന്തമായി എടുത്തുപറയത്തക്ക നേട്ടങ്ങളുടെ റിക്കാർഡുണ്ട്. അതിന്റെ അടിസ്ഥാനത്തിലാണ് അവർ ആ പദവിയിലെത്തിച്ചേർന്നത്. അത് ഒന്നാമത്തെ വിപ്ലവ കാലഘട്ടമായിരുന്നു; അതിൽ ഏറ്റവും വലിയ ചുമതലകൾക്കുവേണ്ടി ഏറ്റവും വലിയ അപകടങ്ങളെ നേരിടാൻവേണ്ടി, അവർ മത്സരിച്ചു. കടമ നിറവേറ്റുകയെന്നല്ലാതെ മറ്റൊരു തൃപ്തിയും അവർക്ക് ലഭിക്കാനുണ്ടായിരുന്നില്ല.

ഞങ്ങളുടെ വിപ്ലവവിദ്യാഭ്യാസ പ്രവർത്തനത്തിനിടയിൽ ഈ പ്രധാനപ്പെട്ട വിഷയത്തിലേക്ക് നാം ഇടയ്ക്കിടയ്ക്ക് തിരിച്ചുവരാറുണ്ട്. അന്നത്തെ ഞങ്ങളുടെ സമരസേനാനികളുടെ നിലപാടുകളിൽ, ഭാവിയിലെ മനുഷ്യന്റെ മിന്നലൊളികൾ കാണാം.

ഞങ്ങളുടെ ചരിത്രത്തിന്റെ മറ്റു ഘട്ടങ്ങളിലും വിപ്ലവത്തിനുവേണ്ടിയുള്ള പൂർണമായ ആത്മാർപ്പണം ആവർത്തിച്ചിട്ടുണ്ട്. ഒക്ടോബർ പ്രതിസന്ധിക്കാലത്തും ഫ്ളോറാ എന്ന ചുഴലിക്കാറ്റിന്റെ ആക്രമണമുണ്ടായ കാലത്തും ഞങ്ങളുടെ മുഴുവൻ ജനതയും അന്യാദൃശമായ ധൈര്യവും ത്യാഗവും പ്രകടിപ്പിച്ചത് ഞങ്ങൾ കണ്ടു. പ്രത്യയശാസ്ത്രപരമായ നിലപാടുകളിൽനിന്നു നോക്കുമ്പോൾ, നിത്യജീവിതത്തിൽ ഈ ധീരമായ നിലപാട് നിലനിർത്തുന്നതിനുള്ള മാർഗം കണ്ടുപിടിക്കുക എന്നതാണ് ഞങ്ങളുടെ മൗലിക കടമകളിൽ ഒന്ന്.

വഞ്ചകരായ ബൂർഷ്വാസിയിലെ വിവിധ അംഗങ്ങളെ ഉൾപ്പെടുത്തിക്കൊണ്ടാണ് 1959 ജനുവരി 1 ന് വിപ്ലവ ഗവൺമെന്റ് സ്ഥാപിക്കപ്പെട്ടത്. ശക്തിയുടെ അടിസ്ഥാനഘടകമെന്ന നിലയിൽ വിപ്ലവസേനയുടെ നിലനിൽപ്പായിരുന്നു അധികാരത്തിനുള്ള ഉറപ്പ്.

തുടർന്ന് ഗുരുതരമായ വൈരുധ്യങ്ങൾ ഉയർന്നുവന്നു. പ്രധാനമന്ത്രിയെന്ന പദം സ്വീകരിച്ച് ഫിദെൽ കാസ്ത്രൊ ഗവൺമെന്റിന്റെ നേതൃസ്ഥാനത്തു വന്നപ്പോൾ, 1959 ഫെബ്രുവരിയിൽ, അവ പരിഹരിക്കപ്പെട്ടു. ബഹുജനസമ്മർദം കൊണ്ട് പ്രസിഡന്റ് ഉറുഷ്യ അതേ കൊല്ലം ജൂലായിൽ രാജിവച്ചതോടെയാണ് ഈ ഘട്ടം അവസാനിച്ചത്.

ഇവിടെയാണ്, ക്യൂബൻ വിപ്ലവത്തിന്റെ ചരിത്രത്തിൽ വ്യക്തമായ സ്വഭാവവിശേഷങ്ങളോടുകൂടിയ ഒരു ശക്തി പ്രത്യക്ഷപ്പെട്ടത്—ബഹുജനങ്ങൾ. അവർ ഇനി വീണ്ടും വീണ്ടും പ്രത്യക്ഷപ്പെടുകയും ചെയ്യും.

ബഹുമുഖ പ്രഭാവമാർന്ന ഈ ശക്തി പലരും പറയുന്നതുപോലെ, മെരുങ്ങിയ ആട്ടിൻപറ്റത്തെപ്പോലെ പെരുമാറുന്നൊരു വിഭാഗമല്ല. മുകളിൽനിന്ന് അടിച്ചേൽപ്പിക്കപ്പെട്ട വ്യവസ്ഥകൊണ്ട് അവർ അങ്ങനെ ആയിരുന്നു എന്നേയുള്ളൂ. യാതൊരു മടിയും കൂടാതെ അവർ ഫിദെൽ കാസ്ത്രൊയെ തങ്ങളുടെ നേതാവായി കണക്കാക്കുകയും അദ്ദേഹത്തെ പിന്തുടരുകയും ചെയ്യുന്നുവെന്നത് വാസ്തവമാണ്. ജനങ്ങളുടെ ആഗ്രഹങ്ങളും ആവേശങ്ങളും എത്രത്തോളം കൃത്യമായി അപഗ്രഥിക്കാനും മനസ്സിലാക്കാനും ഫിദെൽ കാസ്ത്രോയ്ക്ക് കഴിഞ്ഞിട്ടുണ്ട്, താൻ നൽകിയ വാഗ്ദാനങ്ങൾ പാലിക്കാൻ എത്രത്തോളം ആത്മാർഥമായ പ്രയത്നം അദ്ദേഹം നടത്തിയിട്ടുണ്ട് എന്നുള്ളതിനെ ആശ്രയിച്ചാണ് അദ്ദേഹം ജനങ്ങളിൽനിന്നു നേടിയ വിശ്വാസത്തിന്റെ ദാർഢ്യം കണക്കാക്കുന്നത്.

കാർഷിക പരിഷ്കാരങ്ങളിലും സ്റ്റേറ്റ് ഉടമയിലുള്ള സ്ഥാപനങ്ങളുടെ ഭരണപരമായ നടത്തിപ്പിലും ജനങ്ങൾ പങ്കെടുത്തു; പ്ലായാ ഗീറോങ്ങിന്റെ മഹത്തായ അനുഭവങ്ങളിലൂടെ അവർ കടന്നുപോന്നു; സി ഐ എ ആയുധമണിയിച്ച വിവിധ കൊള്ളസംഘങ്ങളുമായുള്ള യുദ്ധത്തിൽ, അവർ കൂടുതൽ ശക്തിയും ദൃഢതയും നേടി. ഒക്ടോബർ പ്രതിസന്ധിക്കാലത്ത്, ആധുനിക കാലത്തെ ഏറ്റവും പ്രധാനപ്പെട്ട തീരുമാനങ്ങളിൽ ഒന്നിലൂടെയാണ് അവർ കടന്നുപോന്നത്. ഇന്ന് അവർ സോഷ്യലിസം കെട്ടിപ്പടുക്കുന്നതിനുവേണ്ടിയുള്ള പ്രവർത്തനം തുടരുന്നു.

ഉപരിപ്ലവമായി മാത്രം നോക്കിയാൽ, വ്യക്തിയെ സ്റ്റേറ്റിന് അധീനപ്പെടുത്തുന്നു എന്ന വാദം ശരിയാണെന്നു തോന്നാം. സാമ്പത്തികവും സാംസ്കാരികവും പ്രതിരോധപരവും കായികവിനോദപരവുമായ ഏതു സ്വഭാവമുള്ള കടമയും ഗവൺമെന്റ് മുന്നോട്ടുവച്ചാൽ,

ജനങ്ങൾ അതുല്യമായ അച്ചടക്കത്തോടും ആവേശത്തോടും ആത്മാർഥതയോടുംകൂടി അതു ചെയ്തുതീർക്കും.

ഫിദെൽ കാസ്ത്രൊ തന്നെയാണ് മുൻകയ്യെടുക്കുന്നത്; അല്ലെങ്കിൽ വിപ്ലവ ഹൈക്കമാൻഡ് പിന്നീട് ബഹുജനങ്ങൾക്ക് അത് വിവരിച്ചുകൊടുക്കുന്നു. അതോടെ അത് സ്വന്തം പദ്ധതിയായി അവർ ഏറ്റെടുക്കുന്നു. ചിലപ്പോൾ പാർട്ടിയും ഗവൺമെന്റും ജനങ്ങൾക്ക് പൊതുവിൽ ഗുണകരമായൊരു പ്രാദേശികാനുഭവത്തെ അതേപടി ഉപയോഗപ്പെടുത്തുന്നു. അവർ അതേ നടപടിക്രമംതന്നെ പിന്തുടരുന്നു.

എന്നിരുന്നാലും ചിലപ്പോൾ ഗവൺമെന്റിന് തെറ്റുപറ്റാറുണ്ട്. അത്തരം സന്ദർഭങ്ങളിൽ ഓരോ വ്യക്തിയും മൊത്തം സമൂഹത്തിന്റെ അംഗങ്ങളായ ഓരോ ഘടകവും നൽകുന്ന സംഭാവനയുടെ അളവു കുറയുകയും അവർക്കുണ്ടാകുന്ന പൊതുവായ താൽപ്പര്യക്കുറവ് പ്രകടമാവുകയും ചെയ്യുന്നു. മൊത്തം ഉൽപ്പാദനം ഗണ്യമായി കുറയുകയായി. അപ്പോൾ തെറ്റ് തിരുത്താനുള്ള സമയമായി എന്നർഥം. 1962 മാർച്ചിൽ ബാൾ എസ്കലാന്തെയുടെ സെക്ടേറിയൻ നയം പാർട്ടി അണികളുടെമേൽ അടിച്ചേൽപ്പിച്ചതിന്റെ ഫലമായി ഉണ്ടായത് അതാണ്.

തുടർച്ചയായി ശരിയായ നടപടികൾ ഉറപ്പുവരുത്തുന്നതിന് ഈ സമ്പ്രദായം ഒട്ടുംതന്നെ പോര. ബഹുജനങ്ങളുമായി കൂടുതൽ ദൃഢമായ ബന്ധം അത്യാവശ്യമാണ്. വരുംകൊല്ലങ്ങളിൽ ഇത് കൂടുതൽ മെച്ചപ്പെടുത്തേണ്ടിയിരിക്കുന്നു. ഗവൺമെന്റിന്റെ ഉന്നത തലങ്ങളിൽനിന്നു രൂപംകൊള്ളുന്ന കാര്യങ്ങളിലാകട്ടെ, ഒരുതരത്തിലുള്ള സഹജാവബോധം; തങ്ങൾ നേരിടുന്ന വലിയ പ്രശ്നങ്ങളോട് ജനങ്ങൾ എങ്ങനെ പ്രതികരിക്കുന്നു എന്നതിനെ അടിസ്ഥാനമാക്കിയ ഒരു രീതിയാണ് ഞങ്ങളിപ്പോൾ ഉപയോഗിക്കുന്നത്.

ഇക്കാര്യത്തിൽ ഫിദെൽ അതിവിദഗ്ധനാണ്. ജനങ്ങളുമായി ഇടപഴകുന്നതിന് അദ്ദേഹം കൈക്കൊള്ളുന്ന പ്രത്യേക മാർഗങ്ങളറിയാൻ, അദ്ദേഹം പ്രവർത്തിക്കുന്നതു കാണുകതന്നെ വേണം. വലിയ പൊതുയോഗങ്ങളിൽ അദ്ദേഹത്തിന്റെ സ്വരം സംഗീതസാന്ദ്രമാകുന്നു. അത് ശ്രോതാക്കളിൽ അനുരണനങ്ങൾ ഉണ്ടാക്കുന്നു. സമരവും വിജയവും എന്ന മുദ്രാവാക്യത്തിലാണ് അതവസാനം ചെന്നെത്തുക.

വിപ്ലവത്തിന്റെ പ്രായോഗികനയങ്ങളില്ലാത്ത ഒരാൾക്ക് ബഹുജനങ്ങളും വ്യക്തിയും തമ്മിലുള്ള ദൃഢവും ദ്വന്ദ്വാത്മകവുമായ ഈ ഐക്യം മനസിലാക്കാൻ വിഷമമുണ്ടാവും. ഇവിടെ വ്യക്തികളുടെ സമന്വയമെന്ന നിലയിൽ ബഹുജനങ്ങൾ നേതാക്കന്മാരുമായി അത്രയും ഇഴുകിച്ചേരുന്നു.

ജനകീയാഭിപ്രായം ഇളക്കിത്തീർക്കാൻ കഴിവുള്ള രാഷ്ട്രീയ

പ്രവർത്തകൻ പ്രത്യക്ഷപ്പെടുമ്പോൾ, ഈ പ്രതിഭാസം മുതലാളിത്തത്തിലും ചിലപ്പോൾ കാണാറുണ്ട്. പക്ഷേ, അവിടെയത് ശരിയായ സാമൂഹ്യപ്രസ്ഥാനമല്ല. (അങ്ങനെയാണെങ്കിൽ അതിനെ മുതലാളിത്തം എന്നു വിളിക്കുന്നത് പൂർണമായും ശരിയാവുകയുമില്ല.) അതിന് ആവേശം നൽകുന്ന വ്യക്തി ഉള്ളേടത്തോളംകാലം വരെയോ അല്ലെങ്കിൽ ആ ജനകീയ വ്യാമോഹത്തെ മുതലാളിത്ത സമൂഹം അടിച്ചമർത്തുന്നതുവരെയോ മാത്രമേ അതു നിലനിൽക്കുകയുള്ളൂ.

മുതലാളിത്തത്തിൽ, മനുഷ്യൻ അവനിൽനിന്ന് അതീതവും നിർദയവുമായ നിയമസംഹിതയാൽ നിയന്ത്രിക്കപ്പെടുന്നു; ദൂഷ്യങ്ങളുടെ നിയമം എന്ന അദൃശ്യമായ പൊക്കിൾക്കൊടിമൂലം അന്യനാക്കപ്പെട്ട വ്യക്തി, സമൂഹവുമായി കെട്ടപ്പെട്ടുകിടക്കുന്നു. അവന്റെ മാർഗവും വിധിയും രൂപപ്പെടുത്തിക്കൊണ്ട്, ജീവിതത്തിന്റെ എല്ലാ തുറകളിലും അതിന്റെ പ്രവർത്തനം അനുഭവപ്പെടുത്തുന്നു.

മുതലാളിത്തത്തിന്റെ നിയമങ്ങൾ ഭൂരിപക്ഷത്തിന് അദൃശ്യവും അജ്ഞാതവുമാണ്. അത് വ്യക്തിയുടെമേൽ അവൻ സ്വയമറിയാതെ തന്നെ പ്രവർത്തിക്കുന്നു. തന്റെ മുന്നിൽ അനന്തമായ ചക്രവാളത്തിന്റെ അപാരത മാത്രമാണ് അവൻ കാണുന്നത്. വിജയത്തിന്റെ സാധ്യതകളെപ്പറ്റി റോക് ഫെല്ലറുടെ ഉദാഹരണത്തിൽ നിന്ന് പാഠം പഠിക്കാൻ (അത് ശരിയോ തെറ്റോ ആവട്ടെ) ആഗ്രഹിക്കുന്ന മുതലാളിത്ത പ്രചാരകന്മാർ അങ്ങനെയാണ് അതിനെ ചിത്രീകരിക്കുന്നത്.

ഒരു റോക് ഫെല്ലർക്ക് ജന്മംകൊള്ളാനാവശ്യമായ ദാരിദ്ര്യത്തിന്റെയും ദുരിതങ്ങളുടെയും അളവ് അത്രയും ബൃഹത്തായ ഭാഗ്യം കുന്നുകൂടുന്നതിനാവശ്യമായ അധഃപതനത്തിന്റെ അളവ്, എത്രയെന്ന് വ്യക്തമാക്കപ്പെടുന്നില്ല. പൊതുവിൽ ജനങ്ങൾക്ക് കാണിച്ചുകൊടുക്കാനും പലപ്പോഴും സാധ്യമാവുകയില്ല.

ആശ്രിതരാജ്യങ്ങളുടെ മേലുള്ള ചൂഷണം കൊണ്ട് സാമ്രാജ്യത്വരാജ്യങ്ങളിലെ തൊഴിലാളികൾക്ക് തൊഴിലാളിവർഗ സാർവദേശീയത എങ്ങനെയാണ് നഷ്ടപ്പെടുന്നത് എന്നതിനെക്കുറിച്ചും സാമ്രാജ്യത്വരാജ്യങ്ങളിലെ ബഹുജനങ്ങളുടെ സമരപ്രിയത്വം ഇതുകൊണ്ട് എങ്ങനെയാണ് ക്ഷീണിച്ചുപോകുന്നത് എന്നതിനെക്കുറിച്ചും ചർച്ച ചെയ്യുന്നത് ഇവിടെ സാന്ദർഭികമാണ് എന്ന് എനിക്കറിയാം. പക്ഷേ ഈ കുറിപ്പുകളുടെ ലക്ഷ്യത്തിൽനിന്ന് അതീതമായ ഒരു വിഷയമാണിത്.

എന്തായാലും വിജയത്തിലേക്കുള്ള പാത അപകടം നിറഞ്ഞതാണ്. എന്നാൽ, ശരിയായ ഗുണങ്ങളുള്ള ഒരാൾക്ക് ലക്ഷ്യത്തിലെത്താൻ അവയെല്ലാം തരണം ചെയ്യാൻ സാധ്യമാണ്. അകലെ അതാ, അതിനുള്ള സമ്മാനം. അവിടേക്കുള്ള മാർഗം വിജനമാണ്; മാത്രമല്ല, അവിടെ ചെന്നായ്ക്കൾ നിറഞ്ഞതാണ്. മറ്റുള്ളവരുടെ പരാജയത്തിന്റെ ചെലവിൽ മാത്രമേ ഒരുവനു വിജയിക്കുവാൻ സാധിക്കുകയുള്ളൂ.

സോഷ്യലിസം കെട്ടിപ്പടുക്കുക എന്ന അത്ഭുതകരവും ചലനാത്മകവുമായ നാടകത്തിലെ നടനായ വ്യക്തിയെ, ഒറ്റപ്പെട്ടവനായും സമൂഹത്തിലെ അംഗമായും ഇരട്ട നിലനിൽപ്പുള്ള വ്യക്തിയെ, ഞാനിനി നിർവചിക്കാൻ ശ്രമിക്കാം.

അവന്റെ അപൂർണതയുടെ സ്വഭാവം, പണിതീരാത്ത ഉൽപ്പന്നമെന്ന അവസ്ഥ, മനസിലാക്കുക ശ്രമസാധ്യമാണ്. ഭൂതകാലത്തിന്റെ മതപ്രസംഗങ്ങൾ വ്യക്തിഗതമായ ബോധത്തിലൂടെയാണ് വർത്തമാനകാലത്തിലേക്ക് കൈമാറ്റം ചെയ്യപ്പെടുന്നത്. അവയെ ഉന്മൂലനാശം ചെയ്യാൻ നിരന്തരമായ അധ്വാനം ആവശ്യമാണ്. ഈ പ്രക്രിയയ്ക്ക് രണ്ട് വശമുണ്ട്: ഒന്ന്, പ്രത്യക്ഷവും പരോക്ഷവുമായ വിദ്യാഭ്യാസത്തിലൂടെ സമൂഹം പ്രവർത്തിക്കുന്നു. രണ്ട്, വ്യക്തി തന്നത്താൻ ബോധപൂർവമായ സ്വയം വിദ്യാഭ്യാസത്തിന് വിധേയനാകുന്നു.

രൂപംകൊള്ളുന്ന പുതിയ സമൂഹത്തിന് ഭൂതകാലവുമായി ശക്തമായി ഏറ്റുമുട്ടേണ്ടിവരും. വ്യക്തിയുടെ ബോധത്തിൽ ഭൂതകാലം ഇപ്പോഴും കുടികൊള്ളുന്നു. വ്യക്തിയെ ഒറ്റപ്പെടുത്തുന്ന വിധത്തിൽ ചിട്ടയോടുകൂടിയ വിദ്യാഭ്യാസത്തിന്റെ അവശിഷ്ടങ്ങൾക്ക് അതിലിപ്പോഴും സ്വാധീനമുണ്ട്. ഭൂതകാലത്തിന്റെ വിപണിബന്ധങ്ങൾ ഇപ്പോഴും നിലനിൽക്കുന്ന പരിവർത്തനഘട്ടത്തിന്റെ സ്വഭാവത്തിലൂടെയും അതിന്റെ സാന്നിധ്യം വെളിപ്പെടുത്തുന്നുണ്ട്. മുതലാളിത്ത സമൂഹത്തിന്റെ സാമ്പത്തിക ഘടകമാണ് ചരക്ക്. അത് നിലനിൽക്കുന്നിടത്തോളം കാലം, ഉൽപ്പാദനത്തിന്റെ സംഘടനയിലും അതിനെത്തുടർന്ന് ബോധത്തിലും അതിന്റെ പ്രഭാവങ്ങൾ അനുഭവപ്പെടുന്നതായിക്കാണാം.

സ്വന്തം വൈരുധ്യങ്ങളാൽ നശിക്കപ്പെട്ട ഒരു രാജ്യത്തിന്റെ മുതലാളിത്തവ്യവസ്ഥയുടെ സ്ഫോടനാത്മകമായ പരിവർത്തനത്തിന്റെ ഫലമായുള്ള കാലഘട്ടമായിട്ടാണ് മാർക്സ് അന്തരാളഘട്ടത്തെ ചിത്രീകരിക്കുന്നത്. ഏതായാലും സാമ്രാജ്യത്വത്തിന്റെ ദുർബലമായ കണ്ണികളായ രാജ്യങ്ങളാണ് ആദ്യം തകരുന്നത് എന്നത് ചരിത്രപരമായ ഒരു യാഥാർഥ്യമാണ്. ഇത് ലെനിൻ ആദ്യമേ കണ്ടതാണ്.

ഈ രാജ്യങ്ങളിൽ, മുതലാളിത്തം അതിന്റെ ഫലങ്ങൾ ഒരുവിധത്തിലല്ലെങ്കിൽ മറ്റൊരുവിധത്തിൽ ഉളവാകത്തക്കവിധത്തിൽ വളർന്നുകഴിഞ്ഞിട്ടുണ്ട്. എന്നാൽ, സ്വന്തം ആഭ്യന്തര വൈരുധ്യങ്ങൾകൊണ്ടല്ല ഈ വ്യവസ്ഥ ഇവിടെ തകരുന്നത്. അതിനുള്ള സാധ്യതകൾ എല്ലാംതന്നെ ഇല്ലാതായിക്കഴിഞ്ഞിരിക്കും. ഒരു വിദേശ അടിച്ചമർത്തലിനെതിരായി ഉണ്ടാകുന്ന വിമോചനസമരം, യുദ്ധംപോലുള്ള ബാഹ്യസംഭവങ്ങൾകൊണ്ടുണ്ടാകുന്ന ദുരിതം (ഇതിന്റെ ഭാരം മർദിതരുടെ തലയിൽ വച്ചുകെട്ടാനാണ് പ്രത്യേകാവകാശങ്ങൾ അനുഭവിച്ചുവന്ന വർഗങ്ങൾ ശ്രമിക്കുന്നത്.) പുത്തൻ കൊളോണിയൽ ഭരണകൂടങ്ങളെ പിഴുതെറിയാൻ ഉദ്ദേശിച്ചുകൊണ്ടുള്ള വിമോചന പ്രസ്ഥാ

നങ്ങൾ—ഇത്തരം പൊട്ടിത്തെറികൾക്ക് സാധാരണയുണ്ടാകാറുള്ള കാരണങ്ങൾ ഇവയൊക്കെയാണ്. ബോധപൂർവമായ പ്രവർത്തനം കൂടിയുണ്ടെങ്കിൽ ബാക്കിയൊക്കെയായി.

ഈ രാജ്യങ്ങളിൽ സാമൂഹ്യാധ്വാനത്തെക്കുറിച്ചുള്ള പൂർണമായ വിദ്യാഭ്യാസം ഇനിയും ഉണ്ടായിക്കഴിഞ്ഞിട്ടില്ല. സ്വത്തുടമസ്ഥത വഴി, ബഹുജനങ്ങളുടെ കൈപ്പാടിൽനിന്ന് ഇനിയും എത്രയോ ദൂരത്താണ് സമ്പത്ത്. ഒരുഭാഗത്ത് അൽപ്പവികസിതാവസ്ഥയും മറുഭാഗത്ത് മൂലധനത്തിന്റെ നിരങ്കുശമായ കുത്തിയൊഴുക്കും ത്യാഗങ്ങൾ സഹിക്കാനുള്ള ഒരു പരിവർത്തനം സാധ്യമാക്കിത്തീർത്തിരിക്കുന്നു. സാമ്പത്തികാടിത്തറ പടുത്തുയർത്തുന്നതിലേക്ക് ഇനിയും എത്രയോ ദൂരം പോകാനുണ്ട്. ദ്രുതഗതിയിലുള്ള അഭിവൃദ്ധിയുടെ ചലനാത്മകമായ അച്ചുതണ്ട് ഭൗതിക താൽപ്പര്യമാണ് എന്ന വ്യവസ്ഥാപിത മാർഗത്തിൽക്കൂടിത്തന്നെ ചരിക്കാനുള്ള പ്രലോഭനം വളരെ കൂടുതലാണുതാനും.

മരം കണ്ട് കാടു കാണായ്ക എന്ന അപകടമുണ്ട്. നമ്മെ മുതലാളിത്തവുമായി ബന്ധിപ്പിക്കുന്ന പഴഞ്ചൻ ഉപകരണങ്ങൾകൊണ്ട് (ചരക്കാണ് സാമ്പത്തികാടിസ്ഥാനം. അതിനെ ചലിപ്പിക്കാനുള്ള ഉത്തോലകം ലാഭമാണ് അഥവാ വ്യക്തിപരമായ ഭൗതികനേട്ടമാണ്) സോഷ്യലിസം നേടാമെന്ന മിഥ്യാസങ്കൽപ്പം വച്ചുപുലർത്തുന്നത് നമ്മെ ലക്ഷ്യത്തിലെത്തിക്കുകയില്ല.

മാത്രമല്ല, അവിടംതൊട്ട് ദീർഘദൂരം നിങ്ങൾ യാത്ര ചെയ്യുന്നു; ഏറെ തിരിവുകളും കവലകളും കടന്നുപോകുന്നു. അതുമൂലം എവിടെ വച്ചാണ് നിങ്ങൾക്ക് വഴിതെറ്റിയതെന്ന് മനസിലാക്കാൻതന്നെ പ്രയാസമായിത്തീരുന്നു. രൂപംകൊണ്ട സാമ്പത്തികാടിത്തറ ബോധത്തിന്റെ വളർച്ചയെ അട്ടിമറിക്കുക എന്ന പണി മുമ്പുതന്നെ ചെയ്തുതീർത്തു കഴിഞ്ഞിരിക്കുന്നു. കമ്യൂണിസം കെട്ടിപ്പടുക്കാൻ പുതിയ മനുഷ്യനെ വാർത്തെടുക്കണം; പുതിയ സാമ്പത്തികാടിത്തറയുണ്ടാകണം.

അതിനാൽ, ജനങ്ങളെ ഉണർത്തി അണിനിരത്തുന്നതിന് ശരിയായ ഉപാധി തെരഞ്ഞെടുക്കുക എന്നത് വളരെ അത്യാവശ്യമാണ്. അടിസ്ഥാനപരമായി പറഞ്ഞാൽ, ഈ ഉപാധി ധാർമിക സ്വഭാവമുള്ളതാണ്. എന്നാൽ, അതിന്റെ ഭൗതിക പ്രതികരണത്തെ, പ്രത്യേകിച്ചും സാമൂഹ്യ സ്വഭാവത്തെ വേണ്ടവിധം ഉപയോഗപ്പെടുത്താൻ ഒട്ടുംതന്നെ അലംഭാവം കാണിക്കരുത്.

ഞാനാദ്യം പറഞ്ഞപോലെ, വിനാശത്തിന്റെ നാളുകളിൽ ശക്തമായ, ധാർമികമായ പ്രതികരണമുണ്ടാക്കുക എന്നത് എളുപ്പമാണ്. എന്നാൽ, അവയുടെ പ്രതിഫലം നിലനിർത്തുന്നതിന് ബോധത്തിന്റെ വളർച്ച അത്യാവശ്യമാണ്. ഇതിൽ മൂല്യങ്ങൾക്ക് ഒരു പുതിയ മുൻഗണന തന്നെയുണ്ട്. സമൂഹത്തെയാകെത്തന്നെ, ഒരു പടുകൂറ്റൻ സ്കൂളാക്കി മാറ്റേണ്ടിയിരിക്കുന്നു.

ആദ്യഘട്ടത്തിൽ മുതലാളിത്തബോധം രൂപംകൊണ്ട അതേവിധത്തിൽ തന്നെയാണ് ഈ പ്രതിഭാസവും എന്ന് മൊത്തത്തിൽ പറയാം. മുതലാളിത്തം ശക്തി പ്രയോഗിക്കുന്നുണ്ടെങ്കിലും അത് സ്വന്തം വ്യവസ്ഥയനുസരിച്ച് ജനങ്ങളെ പഠിപ്പിക്കുന്നുമുണ്ട്. വർഗസമൂഹത്തിന്റെ അനിവാര്യതയെപ്പറ്റി വിശദീകരിക്കാൻ കടപ്പെട്ടവർ ദിവ്യമായ ഉൽപ്പത്തിയെക്കുറിച്ചുള്ള ചില സിദ്ധാന്തങ്ങൾവഴിയോ പ്രകൃതി നിർധാരണത്തിന്റെ യാന്ത്രികസിദ്ധാന്തം വഴിയോ നേരിട്ടുതന്നെ പ്രചാരണം നടത്തുന്നു.

തങ്ങൾ അടിച്ചമർത്തപ്പെട്ടവരാണെന്നും അതിനെതിരായി സമരം ചെയ്യുക അസാധ്യമാണെന്നും കാണുന്ന ജനങ്ങളെ ഇത് സമാധാനിപ്പിക്കുന്നു. തുടർന്ന് പെട്ടെന്നുതന്നെ പുരോഗതിയുടെ ആശയുണ്ടാകുന്നു. പുരോഗതിക്കുള്ള യാതൊരു ആശയും നൽകാത്ത വർണവ്യവസ്ഥയിൽനിന്ന് മുതലാളിത്തവ്യവസ്ഥയ്ക്കുള്ള വ്യത്യാസമിതാണ്.

ചിലരെ സംബന്ധിച്ചിടത്തോളം വർണവ്യവസ്ഥയുടെ പ്രത്യയശാസ്ത്രം ഫലത്തിൽ ഇനിയും നിലനിൽക്കും. അനുസരണയുള്ളവൻ മരണാനന്തര സങ്കൽപ്പത്തിലുള്ള സ്വർഗരാജ്യത്തിലെത്തിച്ചേരുന്നു. പഴയ വിശ്വാസമനുസരിച്ച് ഇവിടെ നല്ലവർ സമ്മാനിതരാകുന്നു. മറ്റുള്ളവർ ഇതിനെ ഇങ്ങനെ പരിഷ്കരിക്കുന്നു—സമൂഹത്തിന്റെ വിഭജനം മുമ്പേ നടന്നുകഴിഞ്ഞിരിക്കുന്നു. എന്നാൽ, സ്വന്തം പ്രയത്നം കൊണ്ടും മുൻകൈകൊണ്ടും മറ്റും വ്യക്തിക്ക് തന്നെ ഉൾക്കൊള്ളുന്ന വർഗത്തിൽനിന്ന് ഉയരാൻ സാധ്യമാണ്.

ഈ രണ്ട് പ്രത്യയശാസ്ത്രങ്ങളും സ്വയംനിർമിത മനുഷ്യൻ എന്ന സങ്കൽപ്പവും വ്യക്തമായും ആത്മവഞ്ചനയാണ്. വർഗവിഭജനത്തിന്റെ ചിരസ്ഥായിത എന്ന നുണ സത്യമാണെന്ന് തെളിയിക്കാനാണ് അവരെന്നും താൽപ്പര്യം കാണിക്കുന്നത്.

നമ്മുടെ കാര്യത്തിൽ നേരിട്ടുള്ള പഠനം കൂടുതൽ പ്രാധാന്യം അർഹിക്കുന്നു. വിശദീകരണം വിശ്വസിക്കത്തക്കതാണ്. കാരണം, അത് സത്യമാണ്. സൂത്രപ്പണിയൊന്നും അതിനാവശ്യമില്ല. വിദ്യാഭ്യാസമന്ത്രാലയം, പാർട്ടിയുടെ വാർത്താവിതരണവകുപ്പ് തുടങ്ങിയ ഉപാധികൾ വഴി, ഭരണകൂടത്തിന്റെ വിദ്യാഭ്യാസ സംവിധാനം വഴി, പൊതു-സാങ്കേതിക-പ്രത്യയശാസ്ത്ര-സാംസ്കാരിക പ്രവർത്തനം എന്ന നിലയിൽ അത് നടപ്പിലാക്കപ്പെടുന്നു.

വിദ്യാഭ്യാസം ബഹുജനങ്ങളെ സ്വാധീനിക്കുകയും പുതിയ അഭിരുചികൾ സ്വഭാവമായിത്തന്നെ മാറുകയും ചെയ്യുന്നു. ജനങ്ങൾ അത് സ്വാംശീകരിച്ചുകൊണ്ടിരിക്കുകയും അവർ സ്വയം വിദ്യാഭ്യാസം നേടിയിട്ടില്ലാത്തവരെ സ്വാധീനിക്കുകയും ചെയ്യുന്നു. ഇതാണ് ജനങ്ങളെ പരോക്ഷമായി പഠിപ്പിക്കാനുള്ള മാർഗം. ഇത് മറ്റേതിനോളംതന്നെ ഫലപ്രദമാണ്.

പക്ഷേ ഇത് ബോധപൂർവമുള്ള ഒരു പ്രക്രിയയാണ്. പുതിയ

സാമൂഹ്യശക്തിയുടെ ആഘാതം വ്യക്തിക്ക് എപ്പോഴും അനുഭവപ്പെടുന്നുണ്ട്. താനത്രത്തോളം ഉയർന്നിട്ടില്ല എന്നവന് തോന്നുന്നു. തനിക്ക് ന്യായമാണെന്നു തോന്നുന്ന ആദർശവുമായി പൊരുത്തപ്പെടുവാൻ പരോക്ഷമായ വിദ്യാഭ്യാസത്തിന്റെ സമ്മർദത്താൽ അവൻ ശ്രമിക്കുന്നു. അവന്റെ വളർച്ചക്കുറവാണ് അവനെ അവിടെ എത്തുന്നതിൽനിന്ന് തടഞ്ഞുനിർത്തിയത്. അവൻ സ്വയം പഠിക്കുന്നു.

സോഷ്യലിസം കെട്ടിപ്പടുക്കുന്ന ഈ കാലഘട്ടത്തിൽ പുതിയ മനുഷ്യൻ രൂപംകൊള്ളുന്നതായി നമുക്കു കാണാം. പുതിയ സാമ്പത്തിക രൂപങ്ങളുടെ വളർച്ചയ്ക്കനുസരിച്ച് ഈ പ്രക്രിയ തുടർന്നുകൊണ്ടേയിരിക്കുന്നതിനാൽ അവന്റെ പ്രതിരൂപം ഇനിയും പൂർണമായിട്ടില്ല; പൂർണമാവുകയുമില്ല.

വിദ്യാഭ്യാസമില്ലാത്തതുകൊണ്ട് തങ്ങളുടെ വ്യക്തിപരമായ അത്യാഗ്രഹങ്ങൾ സാധിക്കുന്നതിന് ഏകാന്തമാർഗങ്ങൾ അവലംബിക്കുന്നവരുണ്ട്. അവരുടെ കാര്യം അവിടെയിരിക്കട്ടെ. ഈ പുതിയ കൂട്ടായ മുന്നേറ്റത്തിന്റെ വിസ്തൃതപാതയിൽനിന്നുതന്നെ, തന്റെ ഒപ്പമുള്ള ബഹുജനങ്ങളിൽനിന്ന് ഒറ്റപ്പെട്ട് അകന്നു നിൽക്കാനുള്ള പ്രവണത കാണുന്നവരുണ്ടാകും. സമൂഹത്തിലുള്ള തന്റെ പങ്കാളിത്തത്തിന്റെ ആവശ്യത്തെപ്പറ്റിയും, അതേസമയത്തുതന്നെ, സമൂഹത്തിന്റെ ചലനത്തിൽ തനിക്കുള്ള പ്രാധാന്യത്തെപ്പറ്റിയും ഓരോ ദിവസവും മനുഷ്യൻ കൂടുതൽ കൂടുതൽ ബോധം ആർജിച്ചുവരികയാണ് എന്നതാണ് കൂടുതൽ പ്രധാനം.

ചവിട്ടിത്തെളിയാത്ത വഴിയിലൂടെ, വിദൂരലക്ഷ്യങ്ങളിലേക്ക് അവർ ഒരിക്കലും പൂർണമായും ഏകരായി സഞ്ചരിക്കാറില്ല. അവർ പാർട്ടിയുടെ മുന്നണിവിഭാഗമായ തൊഴിലാളികളെ, ബഹുജനങ്ങളുമായി ഐക്യത്തോടെയും ദൃഢമായ യോജിപ്പോടെയും പ്രവർത്തിക്കുന്ന ഉൽക്കർഷ നേടിയ തൊഴിലാളികളെ—മുന്നണിപ്പടയാളികളെ—പിന്തുടരുന്നു. ഭാവിയിലും അതിന്റെ നേട്ടങ്ങളിലുമാണ് മുന്നണിവിഭാഗത്തിന്റെ കണ്ണ്. പക്ഷേ, ഇത് വ്യക്തിപരമായ ഒരു കാര്യമായിരിക്കയില്ല. മനുഷ്യന് പുതിയ സവിശേഷതകൾ കൈവന്ന പുതിയ സമൂഹമാണ്, കമ്യൂണിസ്റ്റ് മനുഷ്യന്റെ സമൂഹമാണ്, അതിനുള്ള സമ്മാനം.

ആ പാത അതിദീർഘവും ദുരിതപൂർണവുമാണ്. ചിലപ്പോൾ നാം മാർഗത്തിൽനിന്ന് അകന്നുപോകുന്നു; പിന്നെ തിരിച്ചുവരേണ്ടിവരുന്നു. മറ്റു ചിലപ്പോൾ നമ്മുടെ യാത്ര ദ്രുതഗതിയിലാകുന്നു. അപ്പോൾ നാം ബഹുജനങ്ങളിൽനിന്ന് അകന്നുപോകുന്നു. ചിലപ്പോൾ നാം വളരെ മന്ദഗതിയിലാകുമ്പോൾ, നമ്മുടെ തൊട്ടുപിറകിലുള്ളവരുടെ ചുടുനിശ്വാസം നമ്മുടെ മേലിലേൽക്കുന്നു. വിപ്ലവകാരികളാകാനുള്ള വ്യഗ്രതയിൽ മാർഗം ശുദ്ധീകരിച്ചുകൊണ്ട് നാം വേഗത്തിൽ മുന്നേറുന്നു. നാം നമ്മുടെ ഉപജീവനം നേടുന്നത് ജനങ്ങളിൽനിന്നായതുകൊണ്ട് നാം അവർക്ക് മാതൃക കാണിച്ചുകൊടുത്ത്

ആവേശം പകർന്നുകൊടുത്താലേ അവർക്ക് കൂടുതൽ വേഗത്തിൽ മുന്നേറാൻ കഴിയുകയുള്ളൂ.

രണ്ടു വിഭാഗങ്ങളായി വിഭജിക്കപ്പെട്ടിട്ടുണ്ട് എന്ന വാസ്തവം (സോഷ്യലിസം കെട്ടിപ്പടുക്കുന്നതിൽ ഒരു കാരണം കൊണ്ടല്ലെങ്കിൽ മറ്റൊരു കാരണംകൊണ്ട് പങ്കെടുക്കാതിരിക്കുന്ന ന്യൂനപക്ഷത്തെ ഒഴിവാക്കുക) ധാർമിക ചോദനത്തിന് പ്രാധാന്യം കൊടുത്തിട്ടുണ്ടെങ്കിൽക്കൂടി, സാമൂഹ്യബോധം താരതമ്യേന അധികം വളർന്നിട്ടില്ല എന്നാണ് സൂചിപ്പിക്കുന്നത്.

ബഹുജനങ്ങളെക്കാൾ പ്രത്യയശാസ്ത്രപരമായി കൂടുതൽ മുന്നേറിയവരാണ് മുന്നണിവിഭാഗം. ബഹുജനങ്ങൾ പുതിയ മൂല്യങ്ങൾ മനസിലാക്കുന്നുണ്ടെങ്കിലും വേണ്ടത്രയില്ല. മുന്നണിസംരക്ഷകരെന്ന തങ്ങളുടെ കടമ നിറവേറ്റാൻ എന്തു ത്യാഗവും ചെയ്യാൻ മുന്നണിവിഭാഗത്തെ തയ്യാറാക്കുന്ന ഗുണപരമായ ഒരു മാറ്റം അവരിൽ വന്നുകഴിഞ്ഞിട്ടുണ്ട്. അതേ അവസരത്തിൽ, ബഹുജനങ്ങളാകട്ടെ, ഇക്കാര്യത്തിൽ പൂർണമനസ്കരല്ല; അവർ പ്രത്യേക അളവിലുള്ള സമ്മർദങ്ങൾക്കും പ്രചോദനങ്ങൾക്കും വശംവദരാകുന്നു. പരാജയപ്പെട്ട വർഗത്തിനുമേൽ മാത്രമല്ല, വിജയംവരിച്ച വർഗത്തിലെ വ്യക്തികളുടെമേലും തൊഴിലാളിവർഗ സർവാധിപത്യം പ്രവർത്തിക്കുന്നുണ്ട്.

ഇപ്പറഞ്ഞതിനൊക്കെ അർഥം, പൂർണമായ വിജയത്തിന് നിരവധി വിപ്ലവസ്ഥാപനങ്ങൾതന്നെ, സംവിധാനങ്ങൾതന്നെ, ആവശ്യമാണെന്നാണ്. ഭാവിയിലേക്കു മാർച്ചുചെയ്യുന്ന ഈ ജനതതിയുടെ സംവിധാനത്തിന് ചേർന്നവിധത്തിൽ, മാർഗങ്ങളുടെയും കാൽവെപ്പുകളുടെയും തടസങ്ങളുടെയും സുഖമായി പ്രവർത്തിക്കുന്ന സംവിധാനങ്ങളുടെയും ഏകതാനമായ ഒരു സംഘാതസങ്കൽപ്പം തന്നെയുണ്ട്. മുന്നണിയിൽ മാർച്ചുചെയ്യാൻ കഴിവും സന്നദ്ധതയുമുള്ളവരെ തിരഞ്ഞെടുത്ത് അത് ഈ മുന്നേറ്റം സാധിക്കുന്നു. തങ്ങളുടെ കടമ പൂർത്തിയാക്കുന്നതിൽ അത് ഉപഹാരങ്ങളർപ്പിക്കുന്നു. പുതിയ സമൂഹത്തിന്റെ പുരോഗതിക്ക് വിഘാതമായി നിൽക്കുന്നവരെ അതു ശിക്ഷിക്കുകയും ചെയ്യുന്നു.

വിപ്ലവം ഇനിയും വ്യവസ്ഥാപിതമായിക്കഴിഞ്ഞിട്ടില്ല. ഗവൺമെന്റും സമൂഹം അപ്പാടെയും പൂർണമായും ഒന്നായിത്തീരുന്നതിനുള്ള ഒരുപാധിക്കുവേണ്ടിയുള്ള അന്വേഷണത്തിലാണ് ഞങ്ങൾ. സോഷ്യലിസം കെട്ടിപ്പടുക്കുന്നതിന് ആവശ്യമായ പ്രത്യേക പരിതഃസ്ഥിതികളിലൊന്നാണത്. അതേസമയത്തുതന്നെ, നിയമനിർമാണസഭകൾ തുടങ്ങി ബൂർഷ്വാ ജനാധിപത്യത്തിന്റെ പൊതുസ്ഥാപനങ്ങൾ രൂപംകൊണ്ടുവരുന്ന പുതിയ സമൂഹത്തിലേക്ക് വെറുതെ പറിച്ചുനടുന്നത് ഒഴിവാക്കാൻ പരമാവധി ശ്രമിക്കുകയും വേണം.

വിപ്ലവത്തിന്റെ വ്യവസ്ഥാപിതമായ രൂപം ക്രമാനുഗതമായി വളർ

ത്തിക്കൊണ്ടുവരാനുള്ള ചില പരിശ്രമങ്ങൾ അനാവശ്യമായി ധൃതി കാണിക്കാതെതന്നെ നടത്തിയിട്ടുണ്ട്. ഇതിനു മുന്നിലുള്ള ഏറ്റവും വലിയ തടസം ഞങ്ങളുടെ ഭയം തന്നെയാണ്. കാരണം, ഔപചാരികതയുടെ കണികയെങ്കിലും ഉണ്ടായാൽ മതി, ബഹുജനങ്ങളിൽ നിന്നും വ്യക്തികളിൽനിന്നും ഞങ്ങൾ ഒറ്റപ്പെട്ടേക്കും; പാരതന്ത്ര്യങ്ങളിൽനിന്ന് മനുഷ്യനെ മോചിപ്പിക്കുക എന്ന ആത്യന്തികവും പരമപ്രധാനവുമായ വിപ്ലവാദർശത്തിൽനിന്ന് അത് ഞങ്ങളുടെ ശ്രദ്ധ തിരിച്ചുവിട്ടേക്കും.

ക്രമേണ തിരുത്തേണ്ടിയിരിക്കുന്ന വേണ്ടത്ര സ്ഥാനങ്ങളില്ല എന്ന പ്രശ്നമുണ്ടെങ്കിലും ബഹുജനങ്ങൾ, ദൃഢചിത്തരായ വ്യക്തികളുടെ സംഘാതംപോലെ, അതേ ലക്ഷ്യത്തിനുവേണ്ടി ചരിത്രം സൃഷ്ടിച്ചുകൊണ്ടിരിക്കുകയാണ്. പ്രകടമായ നിലവാരവൽക്കരണമുണ്ടെങ്കിലും സോഷ്യലിസത്തിനു കീഴിലെ മനുഷ്യൻ കൂടുതൽ പൂർണനാണ്; കൃത്യമായ സംവിധാനമില്ലെങ്കിലും സമൂഹഘടനയിൽ സ്വയം ഇഴുകിച്ചേരാനും അതിന്റെ ശബ്ദമായിത്തീരാനും ഉള്ള സന്ദർഭങ്ങൾ അവന് വളരെയധികമുണ്ട്.

ഉൽപ്പാദനത്തിന്റെയും മാനേജ്മെന്റിന്റെയും എല്ലാ പ്രവർത്തന മേഖലകളിലും മനുഷ്യന്റെ വ്യക്തിഗതവും കൂട്ടായതുമായ, ബോധപൂർവമായ പങ്കാളിത്തം ശക്തിപ്പെടുത്തേണ്ടത് അത്യാവശ്യമാണ്. മാത്രമല്ല, അതിനെ പ്രത്യയശാസ്ത്രപരവും സാങ്കേതികവുമായ വിദ്യാഭ്യാസത്തിന്റെ ആവശ്യകതയെക്കുറിച്ചുള്ള ആശയവുമായി ബന്ധിപ്പിക്കുകയും വേണം. എന്നാലേ അവന് ഈ പ്രക്രിയകൾ എത്രത്തോളം പരസ്പരബന്ധിതങ്ങളാണെന്നും അവയുടെ പുരോഗതി എത്രത്തോളം സമാന്തരമാണെന്നും കാണാൻ കഴിയൂ. ഇങ്ങനെ അയാൾ തന്റെ സാമൂഹ്യമായ കടമയെക്കുറിച്ച് പൂർണമായും ബോധവാനാകുന്നു; ഒരിക്കൽ പരാധീനതയുടെ ചങ്ങലക്കെട്ടുകൾ പൊട്ടിക്കഴിഞ്ഞാൽ താനൊരു മനുഷ്യജീവിയാണെന്ന് അയാൾ പൂർണമായും മനസിലാക്കുന്നതിന് തുല്യമാണിത്.

അവന്റെ യഥാർഥസ്വഭാവം ഇതവന് സ്വതന്ത്രമാക്കപ്പെട്ട അധ്വാനത്തിലൂടെ തിരിച്ചുനൽകും. സംസ്കാരത്തിലൂടെയും കലയിലൂടെയും അവന്റെ ശരിയായ മാനുഷിക പരിതഃസ്ഥിതികൾ പ്രകടിപ്പിക്കപ്പെടും.

ഇതിലാദ്യം പറഞ്ഞവിധത്തിൽ അവന് അഭിവൃദ്ധിപ്പെടണമെങ്കിൽ തൊഴിലിന് ഒരു പുതിയ അന്തസ് കൈവരണം. ചരക്കുബന്ധങ്ങളിലൂടെയുള്ള മനുഷ്യന്റെ നിലനിൽപ്പ് അവസാനിക്കണം. അവൻ ചെയ്തുതീർക്കേണ്ട സാമൂഹ്യകടമകൾ എത്രയെന്ന് വ്യവസ്ഥപ്പെടുത്തുന്ന ഒരു സംവിധാനം ഉണ്ടാകണം. ഉൽപ്പാദനോപകരണങ്ങൾ സമൂഹത്തിന്റെ ഉടമയിലാണ്. കടമ നിറവേറ്റുന്നതിനുള്ള ഒരുപാധി മാത്രമാണ് യന്ത്രം.

സ്വന്തം പ്രവൃത്തിയിൽ മനുഷ്യൻ തന്റെ പ്രതിഫലനം കണ്ടു തുടങ്ങുന്നു; ചെയ്തുതീർത്ത പ്രവൃത്തിയിലൂടെ താനുണ്ടാക്കിയ വസ്തുവിലൂടെ, മനുഷ്യജീവി എന്ന നിലയിൽ തനിക്കുള്ള പദവി എന്തെന്ന് അവ്യക്തമായി മനസിലാക്കിത്തുടങ്ങുന്നു. തന്റേതല്ലാതായിത്തീർന്ന വിൽക്കപ്പെടുന്ന അധ്വാനശക്തിയുടെ രൂപത്തിൽ സ്വന്തം സ്വത്തിന്റെ ഒരു ഭാഗം അടിയറവയ്ക്കേണ്ട ഗതികേട് ജോലി അവന് വരുത്തിവയ്ക്കുന്നില്ല. എന്നാൽ, സാധാരണ ജനജീവിതത്തിന് താൻ നൽകുന്ന സംഭാവനയുടെ പ്രതിഫലമായി തന്റെ സാമൂഹ്യമായ കടമയുടെ പൂർത്തീകരണമായി, സ്വയം ഉരുത്തിരിഞ്ഞുവരുന്നതായി അയാൾക്ക് അനുഭവപ്പെടും.

സാമൂഹ്യമായ കടമ എന്ന ഈ പുതിയ പദവി അധ്വാനത്തിന് നൽകാൻ ഞങ്ങൾ കഴിവുള്ളതെല്ലാം ചെയ്യുന്നുണ്ട്. കൂടുതൽ വിപുലമായ സ്വാതന്ത്ര്യങ്ങൾക്കുള്ള പരിതഃസ്ഥിതി പ്രദാനം ചെയ്യുന്ന സാങ്കേതികവിദ്യയുടെ അഭിവൃദ്ധിയുമായി അധ്വാനത്തെ ബന്ധപ്പെടുത്താൻ ഒരുവശത്ത് ഞങ്ങൾ ശ്രമിക്കുന്നു. മറുവശത്ത്, സ്വന്തം അധ്വാനം ചരക്കിന്റെ രൂപത്തിൽ വിൽക്കുവാൻ നിർബന്ധിതനാകാത്ത ഒരവസ്ഥയിൽ മനുഷ്യൻ ഉൽപ്പാദിപ്പിക്കുമ്പോഴേ അവൻ പൂർണമായ മാനുഷിക പരിതഃസ്ഥിതികൾ കൈവരിക്കുന്നുള്ളൂ എന്ന മാർക്സിയൻ കാഴ്ചപ്പാടിന്റെ അടിസ്ഥാനത്തിലുള്ള സ്വമേധയാ ഉള്ള പ്രവൃത്തിയുമായും അതിനെ ബന്ധിപ്പിക്കാൻ ഞങ്ങൾ ശ്രമിക്കുന്നുണ്ട്.

അധ്വാനം സ്വേച്ഛാപ്രവർത്തനമാകുമ്പോഴും, മറ്റു പല ഘടകങ്ങളുമായി ബന്ധപ്പെട്ടിരിക്കുന്നുവെന്നത് ശരിതന്നെ. തനിക്കുചുറ്റുമുള്ള മർദനസംവിധാനങ്ങളെ മനുഷ്യൻ ഇനിയും സാമൂഹ്യ സ്വഭാവമുള്ളവയാക്കി മാറ്റിയിട്ടില്ല. തന്റെ സമൂഹത്തിന്റെ സമ്മർദത്തിനു വിധേയമായിക്കൊണ്ടുതന്നെയാണ് അവനിപ്പോഴും ഉൽപ്പാദിപ്പിക്കുന്നത്. (ഫിദെൽ ഇതിനെ ധാർമികമായ നിർബന്ധം എന്നു വിളിക്കുന്നു.)

പുതിയ സ്വഭാവങ്ങൾ വഴി സാമൂഹ്യ പരിതഃസ്ഥിതിയുമായി ബന്ധപ്പെട്ടിട്ടുണ്ടെങ്കിലും അതിന്റെ പ്രത്യക്ഷമായ സമ്മർദത്തിൽ നിന്ന് മോചിപ്പിക്കപ്പെട്ട തന്റെ ജോലിയുടെ നേരെയുള്ള മനോഭാവത്തെ സംബന്ധിച്ചിടത്തോളം മനുഷ്യൻ പൂർണവും ധാർമികവുമായ ഒരു പുനർജന്മത്തിന് വിധേയനാകേണ്ടിയിരിക്കുന്നു. അതായിരിക്കും കമ്യൂണിസം.

സമ്പദ്വ്യവസ്ഥയിൽ സ്വാഭാവികമായി (യാന്ത്രികമായി) മാറ്റം വരുത്താത്തതുപോലെ, ബോധത്തിലും സ്വാഭാവികമായ (യാന്ത്രികമായ) മാറ്റം സംഭവിക്കുന്നില്ല, മാറ്റങ്ങൾ വളരെ പതുക്കെയാണ്; അവ ഏകതാനവുമല്ല, ചിലപ്പോൾ അവ ദ്രുതഗതിയിൽ സംഭവിക്കും ചിലപ്പോൾ ചലനമറ്റ് നിൽക്കും മറ്റുചിലപ്പോൾ പിറകോട്ടടിക്കും.

മാത്രമല്ല, ഞാനാദ്യം ചൂണ്ടിക്കാണിച്ചപോലെ നാമൊരു കാര്യം

കണക്കിലെടുക്കേണ്ടതുണ്ട്. *ക്രിട്ടിക് ഓഫ് ദി ഗോഥാ പ്രോഗ്രാമിൽ* മാർക്സ് വിഭാവനം ചെയ്തതുപോലുള്ള വെറുമൊരു പരിവർത്തന കാലഘട്ടമായിട്ടല്ല നാം ഇടപഴകുന്നത്. അദ്ദേഹം വിഭാവനം ചെയ്തിട്ടില്ലാത്ത ഒരു പുതിയ ദശാസന്ധിയാണിത്. കമ്യൂണിസത്തിലേയ്ക്കുള്ള പരിവർത്തനത്തിന്റെ ഒരു ആദ്യഘട്ടം അഥവാ സോഷ്യലിസം കെട്ടിപ്പടുക്കുന്ന ഘട്ടം, നിശിതമായ വർഗസമരങ്ങൾക്കിടയിലാണ്. അതിൽ തന്നെയുള്ള മുതലാളിത്തത്തിന്റെ ശകലങ്ങൾ അതിന്റെ സത്തയെന്തെന്ന് ശരിക്കു മനസിലാക്കുന്നതിന് തടസമായി നിൽക്കുന്നതിനിടയിലാണ്, അത് സംഭവിച്ചുകൊണ്ടിരിക്കുന്നത്.

മാർക്സിസ്റ്റ് തത്ത്വശാസ്ത്രത്തിന്റെയും പരിവർത്തനഘട്ട സിദ്ധാന്തത്തിന്റെയും ക്രമാനുഗതമായ വളർച്ചയ്ക്ക് തടസമായിനിന്ന പാണ്ഡിത്യത്തെക്കൂടി കണക്കിലെടുത്താൽ, നാമിപ്പോഴും ആശയക്കുഴപ്പത്തിലാണെന്ന് നമുക്ക് സമ്മതിക്കേണ്ടിവരും. കൂടുതൽ വ്യാപ്തിയുള്ള ഒരു സാമ്പത്തിക-രാഷ്ട്രീയ സിദ്ധാന്തത്തെപ്പറ്റി വിശദമാക്കുന്നതിനുമുമ്പ്, ഈ കാലഘട്ടത്തിന്റെ പ്രമുഖ സ്വഭാവവിശേഷതകളെപ്പറ്റി കൂടുതൽ പഠനം നടത്താൻ നാം ആത്മാർപ്പണം നടത്തേണ്ടത് അത്യാവശ്യമാണ്.

അതിന്റെ ഫലമായുണ്ടാകുന്ന സിദ്ധാന്തം, സോഷ്യലിസത്തിന്റെ നിർമാണത്തിലെ രണ്ട് നെടുംതൂണുകളിൽ കൂടുതൽ ശ്രദ്ധചെലുത്തുമെന്നതിൽ സംശയമില്ല—പുതിയ മനുഷ്യന്റെ വിദ്യാഭ്യാസവും സാങ്കേതികവിദ്യയുടെ അഭിവൃദ്ധിയുമാണവ. ഈ രണ്ടു കാര്യത്തിലും നമുക്ക് വളരെയേറെ ചെയ്യാനുണ്ട്. എന്നാൽ, സാങ്കേതികവിദ്യയുടെ കാര്യത്തിലുള്ള കാലതാമസം ഒട്ടുംതന്നെ ക്ഷന്തവ്യമായിരിക്കുകയില്ല. കാരണം, കണ്ണുംകെട്ടി മുന്നോട്ടുപോകുന്ന പ്രശ്നമല്ല, അത്. നേരേമറിച്ച് ലോകത്തിലെ കൂടുതൽ പുരോഗതി പ്രാപിച്ച രാജ്യങ്ങൾ തുറന്നുതന്ന അതിവിശാലമായ മാർഗങ്ങളിലൂടെയുള്ള യാത്രയാണത്. അതുകൊണ്ടാണ് ഞങ്ങളുടെ ജനങ്ങൾക്ക്, പ്രത്യേകിച്ചും അതിന്റെ മുന്നണിവിഭാഗത്തിലുള്ളവർക്ക്, സാങ്കേതിക പരിചയം നൽകേണ്ടതിന്റെ ആവശ്യകതയെപ്പറ്റി ഫിദെൽ ഊന്നിപ്പറയുന്നത്.

ഉൽപ്പാദനക്ഷമമായ പ്രവർത്തനങ്ങളുമായി ബന്ധമില്ലാത്ത ആശയങ്ങളുടെ മേഖലയെ സംബന്ധിച്ചിടത്തോളം ഭൗതിക-ധാർമിക വകതിരിവ് എളുപ്പമാണ്. ഏറെകാലത്തോളം കലാ-സാംസ്കാരിക പ്രവർത്തനങ്ങളിലൂടെ, പരാധീനതയിൽനിന്ന് രക്ഷപ്പെടാൻ മനുഷ്യൻ ശ്രമിച്ചുകൊണ്ടിരിക്കുകയായിരുന്നു. എട്ടോ അതിലധികമോ മണിക്കൂറുകൾ വീതം തന്റെ അധ്വാനം വിൽക്കുമ്പോൾ അവൻ ദിനംതോറും മരിച്ചുകൊണ്ടിരിക്കുകയാണ്. അതിനുശേഷമുള്ള ധാർമിക (സ്പിരിചൽ) പ്രവർത്തനങ്ങളിലൂടെ, അവന് ജീവിതം വീണ്ടുകിട്ടുന്നു.

പക്ഷേ, രോഗത്തിന്റെ ബീജങ്ങൾ ഈ മരുന്നിൽതന്നെയുണ്ട്. ഏകനായ വ്യക്തി എന്ന നിലയ്ക്കാണ് അവൻ ചുറ്റുപാടുമായി കൂട്ടുകൂടാൻ ശ്രമിക്കുന്നത്. തന്റെ പീഡിതമായ വ്യക്തിത്വത്തെ അവൻ കലയുടെ മാധ്യമത്തിലൂടെ സംരക്ഷിക്കുന്നു. അന്തസോടെ ജീവിക്കാനാഗ്രഹിക്കുന്ന ഏകവ്യക്തി എന്ന നിലയിൽ അവൻ സൗന്ദര്യാവബോധാശയങ്ങളോട് പ്രതികരിക്കുന്നു.

എന്തായാലും, അവൻ ചെയ്യുന്നതെല്ലാം രക്ഷപ്പെടുവാനുള്ള ശ്രമങ്ങൾ മാത്രമാണ്. ഉൽപ്പാദനബന്ധങ്ങളുടെ നഗ്നമായ ഒരു പ്രതിഫലനം മാത്രമല്ല മൂല്യനിയമം. പരീക്ഷണസിദ്ധമായ മാർഗങ്ങൾ മാത്രം ഉപയോഗപ്പെടുത്തുന്ന കുത്തകമുതലാളിമാർ കലയെ ബോധപൂർവമായ ഒരു ആയുധമാക്കിത്തീർക്കത്തക്കവിധം അതിനുചുറ്റും അതിസങ്കീർണമായ വലക്കണ്ണികൾ നെയ്തുവെക്കുന്നു. ഏതുതരം കലയിലാണ് കലാകാരൻ പരിശീലിപ്പിക്കപ്പെടേണ്ടത് എന്നു തീരുമാനിക്കുന്നത് മേൽപ്പുരയാണ്. അതിനെ എതിർക്കുന്നവർ മർദനസംവിധാനംകൊണ്ട് കീഴടക്കപ്പെടുന്നു. കഴിവുറ്റ അപൂർവം ചിലർ മാത്രമേ സ്വന്തം രചന നടത്തുന്നുള്ളൂ. മറ്റുള്ളവരെല്ലാം നാണമില്ലാതെ കൂലിയെഴുത്തുകാരായി അധഃപതിക്കുന്നു. അഥവാ ചവിട്ടിയരയ്ക്കപ്പെടുന്നു.

കലാകാരന്റെ "സ്വാതന്ത്ര്യം" എന്ന ഒരു ചിന്താധാരതന്നെ സൃഷ്ടിക്കപ്പെടുന്നു. നാം അതുമായി സംഘട്ടനത്തിലേക്കെത്തുംവരെ അത് അഗോചരമായിത്തന്നെ വർത്തിക്കുന്നുവെങ്കിലും അതിന്റെ മൂല്യങ്ങൾക്കും പരിധിയുണ്ട്—അതായത്, മനുഷ്യന്റെയും അവന്റെ പരാധീനതകളുടെയും യഥാർഥപ്രശ്നം പൊങ്ങിവരുംവരെ മാത്രം. അതിനാൽ നിരർഥകമായ ദുഃഖവും ആഭാസമായ വിനോദവും മനുഷ്യന്റെ ഉൽക്കണ്ഠയ്ക്ക് പുറത്തുചാടാനുള്ള വഴികളായിത്തീരുന്നു. കലയെ ഒരു ആയുധമാക്കി ഉപയോഗിക്കുക എന്ന ആശയംതന്നെ എതിർക്കപ്പെടുന്നു.

നിങ്ങൾക്ക് കീഴ്വഴങ്ങി ജീവിക്കുന്ന ഒരാൾക്ക് എല്ലാ ആദരവും ലഭിക്കുന്നു—'കുഞ്ചിരാമൻ കളിക്കുന്ന കുരങ്ങി'നു ലഭിക്കുന്ന എല്ലാ ആദരവും. അഗോചരമായ ആ കൂടിനുള്ളിൽനിന്നു രക്ഷപ്പെടാൻ ഒരാളും ശ്രമിക്കരുത് എന്നാണ് നമ്മുടെമേൽ വച്ചുകെട്ടുന്ന നിബന്ധന.

വിപ്ലവം അധികാരത്തിൽവന്നപ്പോൾ, ഇവരുടെ കൂട്ടപ്പലായനം തന്നെയാണുണ്ടായത്. മറ്റുള്ളവരാകട്ടെ, (അവർ വിപ്ലവകാരികളാണെങ്കിലും അല്ലെങ്കിലും) തങ്ങളുടെ മുന്നിൽ ഒരു പുതിയ മാർഗം തുറന്നു കിട്ടിയതായി കണ്ടു. കലാപരമായ അന്വേഷണത്തിന് ഒരു പുതിയ പ്രചോദനംതന്നെ ലഭിച്ചു. ഏതായാലും അതിലേക്കുള്ള മാർഗം ഏറക്കുറെ മുമ്പുതന്നെ ഉണ്ടാക്കിക്കഴിഞ്ഞിട്ടുണ്ടായിരുന്നു. സ്വാതന്ത്ര്യം എന്ന വാക്കിന്റെ മറവിൽ സ്വയം ഒളിച്ചിരിക്കുകയായിരുന്നു പലായന സങ്കൽപ്പം. വിപ്ലവകാരികളിൽത്തന്നെ പലപ്പോഴും ഈ നിലപാട്

കാണുകയുണ്ടായി. അവരുടെ ബോധത്തിൽ ഇപ്പോഴും ബൂർഷ്വാ ആദർശങ്ങൾ നിലനിൽക്കുന്നുവെന്നാണ് ഇതു കാണിക്കുന്നത്.

ഇതേവിധത്തിലുള്ള പ്രക്രിയയിലൂടെ കടന്നുപോന്ന രാജ്യങ്ങളിൽ, അത്തരം പ്രവണതകളെ അവർ എതിർക്കുന്നത് കർക്കശമായ മർക്കടമുഷ്ടി കൊണ്ടുതന്നെയാണ്. പൊതുവായ സംസ്കാരം പ്രത്യക്ഷത്തിൽ നിരോധിക്കപ്പെടുകതന്നെയുണ്ടായി. സാംസ്കാരിക ചോദനയുടെ പരമകോടി പ്രകൃതിയെ ഏതാണ്ട് അതേവിധംതന്നെ ചിത്രീകരിക്കുന്നതിലാണെന്ന് പ്രഖ്യാപിക്കപ്പെട്ടു. ഇത് പിന്നീട് അവർക്ക് പൊക്കിക്കാണിക്കണമെന്ന് തോന്നിയ സാമൂഹ്യ യാഥാർഥ്യത്തിന്റെ യാന്ത്രിക പ്രതിനിധാനമായി പരിവർത്തനം ചെയ്യപ്പെട്ടു—അവർ ഉണ്ടാക്കാനാഗ്രഹിച്ച, സംഘർഷങ്ങളോ വൈരുധ്യങ്ങളോ ഇല്ലാത്ത ആദർശപരമായ സമൂഹം.

സോഷ്യലിസത്തിനു ചെറുപ്പമാണ്. പല തെറ്റുകളും പറ്റിയിട്ടുണ്ട്. അതുവരെ തുടർന്നുവന്ന മാർഗങ്ങളിൽനിന്നു വിഭിന്നമായ മാർഗങ്ങൾ ഉപയോഗിച്ചുകൊണ്ട് ഒരു പുതിയ മനുഷ്യനെ വളർത്തിയെടുക്കുക എന്ന കടമ നിറവേറ്റാൻ ആവശ്യമായ ബുദ്ധിപരമായ ധൈര്യവും അറിവും പലപ്പോഴും വിപ്ലവകാരികൾക്കുണ്ടായിരുന്നില്ല. പാരമ്പര്യം അനുസരിച്ചുള്ള മാർഗങ്ങളുടെമേൽ, അവയെ സൃഷ്ടിച്ച സമൂഹത്തിന്റെ സ്വാധീനം ഉണ്ടായിരിക്കുകയും ചെയ്യും.

ഉള്ളടക്കവും രൂപവും തമ്മിലുള്ള ബന്ധത്തിന്റെ പ്രശ്നമാണ് വീണ്ടും നാം ഉന്നയിക്കുന്നത്.

അഭിനിവേശമില്ലായ്മ വ്യാപകമായിട്ടുണ്ട്. ഭൗതിക നിർമാണത്തിന്റെ പ്രശ്നങ്ങൾ മുൻനിരയിൽ വന്നുനിൽക്കുകയും ചെയ്യുന്നു. വിപ്ലവത്തെ സംബന്ധിച്ച് ആധികാരികമായ നിലപാടെടുക്കാൻ കഴിയുന്ന അവസരത്തിൽത്തന്നെ, കലയെ സംബന്ധിച്ച ആധികാരികമായ നിലപാടെടുക്കാൻ കഴിയുന്ന കലാകാരന്മാർ ഇല്ലതന്നെ. ജനങ്ങളുടെ വിദ്യാഭ്യാസമെന്ന പ്രധാന ലക്ഷ്യം നേടുക എന്ന കടമ പാർട്ടിയുടെ ആളുകൾ ഏറ്റെടുക്കണം.

എന്നാൽ അവർ പിന്നീട് ശ്രദ്ധിച്ചത് ലാളിത്യത്തിലാണ്. എല്ലാവർക്കും മനസിലാക്കുന്ന കലയാണ് അവർ അന്വേഷിച്ചത്. യഥാർഥമായ കലാമൂല്യങ്ങൾ അവഗണിക്കപ്പെട്ടു. പൊതുസംസ്കാരത്തിന്റെ പ്രശ്നം എന്നത് ഇന്നത്തെ സോഷ്യലിസത്തിൽനിന്നും കുറച്ചെടുക്കുക, മൃതമായ ഭൂതകാലത്തിൽനിന്നും കുറച്ചെടുക്കുക എന്നതു മാത്രമായി ചുരുങ്ങി. (ഭൂതകാലം മാത്രമായതുകൊണ്ട് അത് അപകടകാരിയല്ലല്ലോ) അങ്ങനെ കഴിഞ്ഞ നൂറ്റാണ്ടിന്റെ കലയുടെ അടിത്തറയിൽനിന്നാണ് സോഷ്യലിസ്റ്റ് റിയലിസം ഉയിർക്കൊണ്ടത്.

എന്നാൽ, പത്തൊമ്പതാം നൂറ്റാണ്ടിലെ യഥാർഥ കലയും വർഗ കല തന്നെയാണ്. മനുഷ്യന്റെ അന്യത്വദുഃഖം വെളിപ്പെടുത്തുന്ന ഇരുപതാം നൂറ്റാണ്ടിലെ അധഃപതനകലയെക്കാൾ കൂടുതൽ ശുദ്ധമായ

മുതലാളിത്ത കലയാണത്. സംസ്കാരത്തിന്റെ മണ്ഡലത്തിൽ മുതലാളിത്തത്തിന് നൽകാൻ കഴിവുള്ളതെല്ലാം അത് നൽകിക്കഴിഞ്ഞു. ഇന്നത്തെ അധഃപതിച്ച കലയുടെ അളിഞ്ഞ ശവത്തിന്റെ രൂക്ഷഗന്ധമല്ലാതെ മറ്റൊന്നുംതന്നെ അതിൽ അവശേഷിക്കുന്നില്ല.

കലയെ സംബന്ധിച്ചിടത്തോളം സാധുവായ ഒരേയൊരു വ്യവസ്ഥ സോഷ്യലിസ്റ്റ് റിയലിസത്തിന്റെ വിവിധ രൂപങ്ങളായിരിക്കണമെന്ന് നാം പറയുന്നതെന്തിനാണ്? സോഷ്യലിസ്റ്റ് റിയലിസം എന്ന സങ്കൽപ്പത്തിനു പകരമായി നമുക്ക് സ്വാതന്ത്ര്യത്തെ കാണാൻ പറ്റില്ല. കാരണം, സ്വാതന്ത്ര്യം ഇതുവരെ നിലവിലുണ്ടായിരുന്നില്ല. പുതിയ സമൂഹം പൂർണമായും വളർന്നുവരുന്നതുവരെ ആ സങ്കൽപ്പം നിലവിലുണ്ടായിരിക്കുകയുമില്ല. പത്തൊമ്പതാം നൂറ്റാണ്ടിന്റെ ആദ്യപാതി തൊട്ട് രൂപംപൂണ്ട കലാരൂപങ്ങളെ എന്തുചെയ്തും റിയലിസം ഉണ്ടാക്കുക എന്ന ഗർവോടെ നിന്ദിക്കാൻ ശ്രമിക്കുന്നത് ശരിയല്ല. ഭൂതകാലത്തിലെ തെറ്റുകളിലേക്കുള്ള തിരിച്ചുപോക്കായിരിക്കും അത്. ജനിക്കുകയും സ്വയം നിർമിക്കുന്നതിൽ ഏർപ്പെടുകയും ചെയ്യുന്ന മനുഷ്യന്റെ കലാപ്രകടനങ്ങളെ വീർപ്പുമുട്ടിക്കുകയാണ് അതു ചെയ്യുക.

സ്വതന്ത്രമായ അന്വേഷണത്തിന് ഇടം നൽകുകയും ഭരണകൂടത്തിന്റെ അനുദാനങ്ങളുടെ ഫലഭൂയിഷ്ഠമായ ഭൂമിയിൽ വളരെവേഗത്തിൽ മുളച്ച് ഇരട്ടിച്ച് വർധിക്കുന്ന വിത്തുകളെ ഉന്മൂലനം ചെയ്യുകയും ചെയ്യുന്ന പ്രത്യയശാസ്ത്രപരവും സാംസ്കാരികവുമായ ഒരു സംവിധാനത്തിന്റെ വളർച്ചയാണ് ഇന്നാവശ്യം.

ഞങ്ങളുടെ രാജ്യത്തിൽ യാന്ത്രികമായ റിയലിസം എന്ന തെറ്റ് കാണാനില്ല. പക്ഷേ മറിച്ചാണ് കാര്യം. പത്തൊമ്പതാം നൂറ്റാണ്ടിന്റെ ആശയങ്ങളെയോ, അധഃപതിച്ചതും രോഗഗ്രസ്തവുമായ നമ്മുടെ ഈ നൂറ്റാണ്ടിന്റെ ആശയങ്ങളെയോ പ്രതിനിധീകരിക്കാത്ത ഒരു പുതിയ മനുഷ്യനെ സൃഷ്ടിക്കേണ്ടതിന്റെ ആവശ്യകത മനസിലാക്കിയിട്ടില്ല എന്നതാണതിനു കാരണം.

വസ്തുനിഷ്ഠമായ ഒരു അഭിലാഷമാണ്, സാധിതപ്രായമായ ഒരു അഭിലാഷമല്ല എന്നിരിക്കിലും നാം ഇരുപത്തിയൊന്നാം നൂറ്റാണ്ടിലെ മനുഷ്യനെയാണ് സൃഷ്ടിക്കേണ്ടത്. ചുരുക്കത്തിൽ, നമ്മുടെ പ്രവൃത്തികളുടെ മൗലിക ലക്ഷ്യങ്ങളിലൊന്ന് അടുത്ത നൂറ്റാണ്ടിലെ ഈ മനുഷ്യനാണ്. സൈദ്ധാന്തികതലത്തിൽ നാം വ്യക്തമായ വിജയം നേടുന്നതിനെ ആസ്പദിച്ചാണ്—അല്ലെങ്കിൽ, നേരേമറിച്ച് നമ്മുടെ വ്യക്തമായ ഗവേഷണങ്ങളുടെ അടിസ്ഥാനത്തിൽ അതിവിശാലമായ സൈദ്ധാന്തിക നിഗമനങ്ങളിൽ നാം എത്തിച്ചേരുന്നതിനെ ആസ്പദിച്ചാണ്—മാർക്സിസം-ലെനിനിസത്തിന്, മാനവലോകത്തിനുതന്നെ നാമൊരു അതിപ്രധാനമായ സംഭാവന നൽകുന്നത്.

പത്തൊമ്പതാം നൂറ്റാണ്ടിലെ മനുഷ്യനെതിരെയുള്ള നമ്മുടെ പ്രതികരണം നമ്മെ ഇരുപതാം നൂറ്റാണ്ടിലെ അധഃപതനത്തിലേക്കാണ്

വീണ്ടും എത്തിച്ചത്. ആ തെറ്റ് നമ്മുടെ വിധിയല്ല, നാം അത് പരിഹരിച്ചേ പറ്റൂ. അല്ലെങ്കിൽ നാം റിവിഷനിസത്തിലേക്ക് വഴിതുറന്നിടുകയായിരിക്കും ചെയ്യുക.

ജനത അഭിവൃദ്ധിപ്പെട്ടുകൊണ്ടേയിരിക്കുന്നു; പുതിയ ആശയങ്ങൾ സമൂഹത്തിനുള്ളിൽ ശക്തിപ്പെട്ടുകൊണ്ടേയിരിക്കുന്നു; സമൂഹത്തിലെ എല്ലാ അംഗങ്ങൾക്കും പൂർണമായും പുരോഗതി പ്രാപിക്കാനുതകുന്ന ഭൗതിക സാധ്യതകൾ, നമ്മുടെ കടമകളെ കൂടുതൽ ഫലവത്താക്കിത്തീർക്കുന്നു. ഇത് സമരത്തിന്റെ കാലഘട്ടമാണ്; ഭാവി നമ്മുടേതും.

ചുരുക്കത്തിൽ, നമ്മുടെ കലാകാരന്മാരുടെയും ബുദ്ധിജീവികളുടെയും തെറ്റു കിടക്കുന്നത് അവരുടെ മൂലപാപത്തിൽ തന്നെയാണ്—അവർ യഥാർഥ വിപ്ലവകാരികളല്ല. മറ്റൊരു ചെടിയുടെ കമ്പിൽ ഒട്ടിച്ച് നമുക്ക് ഒരു ചെടി വളർത്താൻ ശ്രമിക്കാവുന്നതാണ്. എന്നാൽ, അതിന്റെ ചെടി നട്ടുവളർത്തുന്നതു തന്നെയാണ് നല്ലത്. പഴയ മൂലപാപത്തിൽനിന്ന് സ്വതന്ത്രമായ പുതിയ തലമുറ രൂപംകൊള്ളും. സാംസ്കാരിക മണ്ഡലവും ആശയപ്രകടന സാധ്യതകളും വിപുലമാക്കുന്നതിനെക്കാൾ വേഗത്തിൽ മഹാന്മാരായ കലാകാരന്മാർ ഉണ്ടാകാനുള്ള സാധ്യതയുണ്ട്.

സംഘട്ടനങ്ങൾകൊണ്ട് ഛിന്നഭിന്നമായ ഇന്നത്തെ തലമുറ തലതിരിഞ്ഞുപോകുന്നതും അവർ പുതിയ തലമുറയെ തലതിരിക്കുന്നതും തടയുക എന്നതാണ് നമ്മുടെ കടമ. നാം ഔദ്യോഗിക ചിന്തയ്ക്കുകീഴിൽ ക്രീതദാസന്മാരായിത്തീരരുത്, അഥവാ ഭരണകൂടത്തിന്റെ ചെലവിൽ, സ്വാതന്ത്ര്യം അനുഭവിച്ചുകൊണ്ട് ജീവിക്കുന്ന സ്കോളർഷിപ്പ് വിദ്യാർഥികളുമായിത്തീരരുത്. പുതിയ മനുഷ്യന്റെ ഗാനം, ജനങ്ങളുടെ ശരിയായ സ്വരത്തിൽ പാടുന്ന വിപ്ലവകാരികൾ ഉയർന്നുവരുന്നുണ്ട്. ഏറെക്കാലമെടുക്കുന്ന ഒരു പ്രക്രിയയാണിത്.

ഞങ്ങളുടെ സമൂഹത്തിൽ യുവാക്കളും പാർട്ടിയും ഒരു പ്രധാന പങ്കുവഹിക്കുന്നു.

പഴയ തെറ്റുകളൊന്നും കൂടാതെയുള്ള പുതിയ മനുഷ്യനെ രൂപപ്പെടുത്തിയെടുക്കുന്നതിനുള്ള കളിമണ്ണാണ് യുവാക്കൾ എന്നതുകൊണ്ട് അവർക്ക് പ്രത്യേകിച്ചും പ്രാധാന്യവുമുണ്ട്. ഞങ്ങളുടെ അഭിലാഷങ്ങൾക്കനുസരിച്ച് യുവാക്കളെ വളർത്തിക്കൊണ്ടുവരുന്നു. അവരുടെ വിദ്യാഭ്യാസം കൂടുതൽ പൂർണമായും തുടർച്ചയായും പുരോഗമിക്കുന്നു. അവരും തൊഴിൽശക്തിയുമായുള്ള സമന്വയത്തിന് ആദ്യംതൊട്ടേ ശ്രദ്ധിക്കുന്നു. സ്കോളർഷിപ്പ് വിദ്യാർഥികൾ തങ്ങളുടെ ഒഴിവുകാലത്തോ അല്ലെങ്കിൽ പഠിപ്പിനോടൊപ്പമോ കായികജോലികളും ചെയ്യുന്നുണ്ട്. ചിലരെ സംബന്ധിച്ചിടത്തോളം ജോലി ഒരനുഗ്രഹമാണ്; മറ്റുള്ളവർക്ക് അതൊരു വിദ്യാഭ്യാസോപാധിയും. പക്ഷേ, അതൊരിക്കലും ഒരു ശിക്ഷയായിരിക്കുകയില്ല. ഒരു പുതിയ തലമുറ രൂപംകൊണ്ടുവരികയാണ്.

പാർട്ടിയാണ് മുന്നണിസംഘടന. ഏറ്റവും നല്ല തൊഴിലാളികളെ അവരുടെ സഹപ്രവർത്തകർ പാർട്ടിയിൽ ചേർക്കാൻ നിർദേശിക്കുന്നു. പാർട്ടി ഒരു ന്യൂനപക്ഷമാണെങ്കിലും കേഡർമാരുടെ ഗുണം കൊണ്ട് അതിനു വളരെയധികം ആധികാരികതയുണ്ട്. പാർട്ടി ബഹുജനപാർട്ടിയായി വളരണമെന്നാണ് ഞങ്ങളുടെ അഭിലാഷം. പക്ഷേ, ബഹുജനങ്ങൾ മുന്നണിവിഭാഗത്തിന്റെ നിലവാരത്തിലേക്ക് എത്തിച്ചേരുമ്പോഴേ അത് വേണ്ടൂ—അതായത്, കമ്യൂണിസം സ്വീകരിക്കാൻ സന്നദ്ധരായിത്തീരുമ്പോൾ മാത്രം.

ഞങ്ങളുടെ പ്രവർത്തനലക്ഷ്യം എല്ലായ്പ്പോഴും ഈ വിദ്യാഭ്യാസമാണ്. അതിന്റെ മൂർത്തമായ ഉദാഹരണമാണ് പാർട്ടി. അതിലെ കേഡർമാർ കഠിനാധ്വാനത്തിന്റെയും ത്യാഗത്തിന്റെയും മാതൃകകളായിരിക്കണം. നിർമാണത്തിനിടയിലെ വിഷമതകൾ, വർഗശത്രുക്കൾ, കഴിഞ്ഞകാലത്തിന്റെ രോഗങ്ങൾ, സാമ്രാജ്യത്വം തുടങ്ങിയവയ്ക്കെതിരായ ദീർഘകാലത്തെ കഠിനമായ സമരം എന്ന വിപ്ലവ കടമ പൂർത്തീകരിക്കുന്നതിന് അവർ തങ്ങളുടെ പ്രവർത്തനങ്ങളിലൂടെ ബഹുജനങ്ങളെ നയിക്കണം.

ബഹുജനങ്ങളുടെ ചരിത്രം സൃഷ്ടിച്ച നേതാവ് എന്ന നിലയിൽ വ്യക്തി വഹിച്ച പങ്കിനെപ്പറ്റി ഞാൻ വിശദീകരിക്കാം. അത് ഞങ്ങളുടെ അനുഭവമായിരുന്നു.

ആദ്യവർഷങ്ങളിൽ ഫിദെൽ വിപ്ലവത്തിന് ആവേശവും നേതൃത്വവും നൽകി. അദ്ദേഹം അതിനെ എല്ലായ്പ്പോഴും ശക്തിപ്പെടുത്തിക്കൊണ്ടിരുന്നു. പക്ഷേ, തങ്ങളുടെ സമുന്നതനായ നേതാവിനെപ്പോലെ തന്നെ വളരുന്ന ഒരു ഗ്രൂപ്പുണ്ടായിരുന്നു. തങ്ങളുടെ ആ നേതാക്കന്മാരെ ജനങ്ങൾ പിന്തുടർന്നു. അവർക്കു തങ്ങളുടെ നേതാക്കളിൽ വിശ്വാസമുണ്ടായിരുന്നു. കാരണം, ആ നേതാക്കന്മാർക്ക് ആ ജനങ്ങളുടെ ആഗ്രഹങ്ങൾ ശരിയായി വ്യാഖ്യാനിക്കാനുള്ള കഴിവുണ്ടായിരുന്നു.

ഒരാൾക്ക് എത്ര റാത്തൽ ഇറച്ചി തിന്നാൻകിട്ടും; എത്രതവണ കടൽക്കരയിൽ പോകാൻ കഴിയും; ഇപ്പോൾ കിട്ടുന്ന ശമ്പളംകൊണ്ട് വിദേശത്തുനിന്ന് എത്ര ആഭരണങ്ങൾ വാങ്ങാൻ കഴിയും എന്നൊന്നുമല്ല ഇവിടെ പ്രശ്നം. വ്യക്തിക്ക് താൻ കൂടുതൽ പൂർണനായി തോന്നുന്നു; ആന്തരികമായി കൂടുതൽ സമ്പന്നനായി തോന്നുന്നു; കൂടുതൽ ഉത്തരവാദിത്വബോധം തോന്നുന്നു.

ഞങ്ങളുടെ രാജ്യത്തിലെ ആ വ്യക്തിക്കറിയാം, വിശ്രുതമായ ആ കാലഘട്ടം ത്യാഗത്തിന്റെ കാലഘട്ടമാണെന്ന്. ത്യാഗങ്ങൾ സഹിച്ച് അദ്ദേഹത്തിന് തഴക്കം വന്നിരിക്കുന്നു. സിയേറമെയ്സ്ത്രയിലാണ് അതാദ്യം വെളിപ്പെട്ടത്. പിന്നെ അവർ യുദ്ധം ചെയ്തേടത്തെല്ലാം അത് അറിയപ്പെട്ടു. പിന്നീട് ക്യൂബയിൽ മുഴുവൻ അത് അറിവായി. അമേരിക്കക്കാരുടെ മുന്നണിവിഭാഗമാണീ ക്യൂബ. മുന്നണിയിലുള്ള

ഗാർഡുമാരുടെ സ്ഥാനമാണിത് എന്നതുകൊണ്ട്, ലാറ്റിൻ അമേരിക്കയിലെ ജനങ്ങളുടെ പൂർണമായ സ്വാതന്ത്ര്യത്തിലേക്കുള്ള മാർഗം കാണിച്ചുകൊടുക്കുന്നുവെന്നതുകൊണ്ട് അത് ത്യാഗങ്ങൾ സഹിക്കണം.

രാജ്യത്തിനകത്ത് നേതൃത്വത്തിന് അതിന്റെ മുന്നണിപ്പട എന്ന പങ്ക് നിറവേറ്റേണ്ടതുണ്ടായിരുന്നു. വിപ്ലവകാരിയായ മുന്നണിപ്പടയാളികളുടെ കടമയെ സംബന്ധിച്ചിടത്തോളം അയാൾ തന്റെ എല്ലാം ത്യജിക്കുകയും ഭൗതികനേട്ടമൊന്നും പ്രതീക്ഷിക്കാതിരിക്കുകയും ചെയ്യുന്ന യഥാർഥമായ വിപ്ലവം ഒരേസമയത്ത് മഹത്തും കഠിനദുഃഖവുമാണ്.

ആക്ഷേപാർഹമായി തോന്നാമെങ്കിലും ഞാനൊന്നുപറയട്ടെ: യഥാർഥ വിപ്ലവകാരി മഹത്തായ സ്നേഹത്താൽ നയിക്കപ്പെടുന്നവനാണ്. ഒരു ശരിയായ വിപ്ലവകാരിക്ക് ഈ ഗുണം ഉണ്ടാവാതെവയ്യ. വികാരതരളമായ മനസും മരവിച്ച ബുദ്ധിയും തമ്മിൽ സംയോജിപ്പിക്കുകയും നിർവികാരനായി നിന്നുകൊണ്ട് ഏറ്റവും ദുഃഖദായകമായ തീരുമാനങ്ങൾ കൈക്കൊള്ളുകയും ചെയ്യുക എന്നത് ഒരുപക്ഷേ നേതാവിനെ സംബന്ധിച്ചിടത്തോളം ഒരു വലിയ നാടകം തന്നെയായിരിക്കും. ജനങ്ങളോടുള്ള ഈ സ്നേഹത്തിന്റെ, ഏറ്റവും പരിശുദ്ധമായ കടമയുടെ മൂർത്തീമദ്ഭാവമായിരിക്കണം നമ്മുടെ മുന്നണിപ്പടയാളി. അത് അയാളുടെ അവിഭാജ്യമായ ഒരു ഗുണമായിരിക്കണം. സാധാരണ ജനങ്ങൾ തങ്ങളുടെ സ്നേഹം പ്രാവർത്തികമാക്കുന്ന തലത്തിലേക്ക്, കൊച്ചുകൊച്ചു ദൈനംദിന മമതകളുടെ തലത്തിലേക്ക് അവർക്ക് ഇറങ്ങിവരാൻ സാധ്യമല്ല.

വിപ്ലവത്തിന്റെ നേതാക്കന്മാർക്ക് സംസാരിക്കാൻ തുടങ്ങുക മാത്രം ചെയ്ത കുട്ടികളുണ്ടായിരിക്കും. ആ കുട്ടികൾ തങ്ങളുടെ അച്ഛൻമാരെ പേരെടുത്തു വിളിക്കാറായിക്കഴിഞ്ഞിട്ടുണ്ടാവില്ല; വിപ്ലവം പൂർത്തീകരിക്കാനായി നടത്തുന്ന പൊതുത്യാഗത്തിന്റെ ഭാഗമെന്ന നിലയിൽ വിപ്ലവകാരികൾക്ക് തങ്ങളുടെ ഭാര്യമാരിൽനിന്ന് വേർപിരിയേണ്ടിവരും. കൂട്ടുകാരായ വിപ്ലവകാരികളിൽ അവരുടെ സുഹൃദ്‌വലയം ഒതുങ്ങിനിൽക്കുന്നു. അവർക്ക് വിപ്ലവത്തിനു പുറത്ത് മറ്റൊരു ജീവിതമില്ല. ഇത്തരം ചുറ്റുപാടുകളിൽ തീവ്രവായ വരട്ടുതത്ത്വവാദത്തിലേക്കും തണുപ്പൻ പാണ്ഡിത്യത്തിലേക്കും ബഹുജനങ്ങളിൽനിന്നുള്ള ഒറ്റപ്പെടലിലേക്കും ചെന്നുപതിക്കാതിരിക്കണമെങ്കിൽ ഒരാൾക്ക് വിശാലമായ മനുഷ്യസ്നേഹവും ശക്തമായ നീതിബോധവും സത്യവും ഉണ്ടായിരിക്കണം. മനുഷ്യവർഗത്തോടുള്ള ഈ പ്രേമം യഥാർഥമായ പ്രവൃത്തിപഥത്തിലേക്കും ചാലകശക്തിയിലേക്കും പരിവർത്തിപ്പിക്കാൻ നാം ഓരോ ദിവസവും കഠിനാധ്വാനം ചെയ്യണം.

വിപ്ലവത്തിന്റെ പിന്നിലെ പ്രത്യയശാസ്ത്രപരമായ ചാലകശക്തി

വിപ്ലവകാരിയാണ്. അവന്റെ നിരന്തരമായ വിപ്ലവപ്രവർത്തനം മരണംവരെ തുടരും; ലോകവ്യാപകമായി സോഷ്യലിസം സ്ഥാപിക്കപ്പെടുന്നതുവരെ. ഒരു വിപ്ലവകാരിയുടെ ഏറ്റവും അടിയന്തര കടമ പ്രാദേശികമായി നിറവേറ്റപ്പെട്ടു കഴിയുമ്പോൾ അയാളുടെ വിപ്ലവാവേശത്തിന്റെ മൂർച്ച കുറയുന്നുവെന്നും തൊഴിലാളിവർഗ സാർവദേശീയത അയാൾ മറക്കുന്നുവെന്നും വിചാരിക്കുക. അയാൾ നയിച്ചുകൊണ്ടിരിക്കുന്ന വിപ്ലവം ആവേശം നൽകുന്ന ശക്തി എന്ന നിലയിൽ പിന്നീട് പ്രവർത്തിക്കുകയില്ല. അയാൾ സൗകര്യപ്രദമായ ജഡതയിലേക്ക് സ്വയം ആണ്ടിറങ്ങും, നമ്മുടെ വിട്ടുവീഴ്ചയില്ലാത്ത ശത്രുവായ സാമ്രാജ്യത്വം ഇതു സമർഥമായി ഉപയോഗിക്കുകയും ചെയ്യും. തൊഴിലാളിവർഗ സാർവദേശീയത ഒരു കടമയാണ്; അതൊരു വിപ്ലവകരമായ ആവശ്യം കൂടിയാണ്. അതുകൊണ്ട് നാം നമ്മുടെ ആളുകളെ അത് പഠിപ്പിക്കണം.

ഇന്നത്തെ പരിതഃസ്ഥിതിയിൽ അപകടങ്ങൾ ഉണ്ടെന്നത് തീർച്ചതന്നെ; വരട്ടുതത്ത്വവാദം മാത്രമല്ല അത്. മഹത്തായ കടമയുടെ നടുക്കുവച്ച് ബഹുജനങ്ങളുമായുള്ള ബന്ധം അയഞ്ഞുപോകുക മാത്രമല്ല; ദൗർബല്യങ്ങളുടെ അപകടവും നമ്മുടെ മുന്നിലുണ്ട്. ഒരു വിപ്ലവകാരി ഇങ്ങനെ ചിന്തിക്കുന്നുവെന്നു വിചാരിക്കൂ: “ഞാനെന്റെ ജീവിതം മുഴുവൻ വിപ്ലവത്തിനുവേണ്ടി ഉഴിഞ്ഞുവച്ചിരിക്കുകയാണ്. അതിനാൽ, എന്റെ മകന് ചില സാധനങ്ങളില്ല, എന്റെ കുട്ടിയുടെ ഷൂസുകൾ കീറിപ്പൊളിഞ്ഞതാണ്. എന്റെ കുടുംബത്തിന് അത്യാവശ്യമായ പലതുമില്ല. ഇത്തരം വിഷമതകളൊന്നും എനിക്കുണ്ടാവാൻ പാടില്ല.” അയാളുടെ ഈ യുക്തിവാദം അയാളുടെ മനസിൽ ഭാവിയിലുണ്ടാകാനിടയുള്ള അഴിമതിയുടെ വിത്തു വിതയ്ക്കുകയാണ് ചെയ്യുന്നത്.

ഞങ്ങളെ സംബന്ധിച്ചിടത്തോളം ഞങ്ങളുടെ കുട്ടികൾക്ക് ഇന്നതൊക്കെ വേണം, ഇന്നതൊക്കെ വേണമെന്നില്ല. ഇന്നതൊക്കെ ധരിച്ചു നടക്കണം എന്നൊക്കെ ഞങ്ങൾ തീരുമാനിച്ചിട്ടുണ്ട്. ഞങ്ങളുടെ കുടുംബങ്ങൾ അതൊക്കെ മനസിലാക്കി ആ നിലവാരം പുലർത്താൻ ശ്രമിക്കണമെന്ന് ഞങ്ങൾ നിർബന്ധിക്കുന്നു. മനുഷ്യനിലൂടെയാണ് വിപ്ലവമുണ്ടാകുന്നത്; പക്ഷേ, മനുഷ്യൻ തന്റെ വിപ്ലവാവേശം ദിനംപ്രതി രൂപപ്പെടുത്തേണ്ടിയിരിക്കുന്നു.

അങ്ങനെ ഞങ്ങൾ മുന്നോട്ട് മാർച്ചുചെയ്യുന്നു. ആ നീണ്ടനിരയുടെ ഏറ്റവും മുന്നിൽ ഫിദെൽ നിൽക്കുന്നു. അതു പറയാൻ ഞങ്ങൾക്ക് മടിയോ പേടിയോ ഇല്ല. അദ്ദേഹത്തിനു തൊട്ടുപിന്നിൽ പാർട്ടിയിലെ ഏറ്റവും നല്ല കേഡർമാർ. അവർക്കു തൊട്ടുപിന്നിൽ ജനത ഒന്നിച്ചുനിൽക്കുന്നുണ്ട്. അവർ അത്ര അടുത്തായതുകൊണ്ട് അവരുടെ ശക്തി ഞങ്ങൾക്ക് അനുഭവവേദ്യമാണ്, ഒരു പൊതുലക്ഷ്യത്തിലേക്ക് ഒന്നിച്ചുനീങ്ങിക്കൊണ്ടിരിക്കുന്ന വ്യക്തികളുടെ ദൃഢമായ

സംഘാതമാണത്. എന്താണ് ചെയ്യേണ്ടത് എന്ന വ്യക്തമായ ബോധമുള്ള വ്യക്തികളാണവർ. ആവശ്യങ്ങളുടെ സാമ്രാജ്യത്തിൽനിന്ന് സ്വാതന്ത്ര്യത്തിലേക്ക് പ്രവേശിക്കുന്നതിനുവേണ്ടി സമരം ചെയ്യുന്ന മനുഷ്യരാണവർ.

ഈ മഹത്തായ സംഘം സംഘടിതരായിത്തീരുന്നു. സംഘടനയുടെ ആവശ്യത്തെപ്പറ്റി അവർക്കുള്ള ബോധം, പരിപാടിയിൽ അവർക്കുള്ള വ്യക്തതപോലെതന്നെ ദൃഢമാണ്. അത് ചിന്നിച്ചിതറിയ ശക്തിയല്ല; ഗ്രനേഡിൽനിന്ന് തെറിച്ച ചീളുകൾപോലെ ആയിരക്കണക്ക് തുണ്ടുകളായി ചിതറിയ ശക്തിയല്ല അത്; നിരാശരായി തമ്മിൽ തമ്മിൽ പടവെട്ടുന്ന അവ്യക്തമായ ഭാവിയിൽനിന്ന് സംരക്ഷണം ലഭിക്കാൻ എന്തു മാർഗവും അവലംബിക്കാൻ തയ്യാറായ കൂട്ടക്കാരല്ല അത്.

നമ്മളിനിയും ത്യാഗങ്ങൾ സഹിക്കണമെന്നും ഒരു മുന്നണിരാജ്യമായിത്തീരുക എന്ന ചരിത്രപ്രധാനമായ പ്രവൃത്തിക്ക് നല്ല വില കൊടുക്കേണ്ടതുണ്ടെന്നും ഞങ്ങൾക്കറിയാം. അമേരിക്കൻ രാജ്യങ്ങളുടെ മുന്നണിയിലുള്ള ജനതയാണ് ഞങ്ങളുടേത്; അതിന്റെ മുന്നിൽ ഞങ്ങളാണ് എന്നു പറയാനുള്ള അവകാശം നേടുന്നതിന് നല്ല വില കൊടുക്കേണ്ടതുണ്ട് എന്നും ഞങ്ങളുടെ നേതാക്കൾക്കറിയാം. തന്റെ കടമ പൂർത്തീകരിച്ചുകഴിഞ്ഞാൽ അതിന്റെ സമ്മാനം ലഭിക്കുമെന്ന ഉറച്ച ബോധത്തോടെ, ചക്രവാളത്തിൽ മങ്ങിക്കാണുന്ന പുതിയ മനുഷ്യന്റെ പ്രതിരൂപത്തിലേക്ക് സർവ കരുത്തുമെടുത്ത് മുന്നേറുമെന്ന ദൃഢപ്രതിജ്ഞയോടെ, ഓരോരുത്തരും അവനവന്റെ ത്യാഗത്തിന്റെ പങ്ക് ഏറ്റെടുക്കണം.

ഞാൻ ചുരുക്കിപ്പറയട്ടെ:

സോഷ്യലിസ്റ്റുകാരായ ഞങ്ങൾ കൂടുതൽ പൂർണത നേടിയവരായതുകൊണ്ട് കൂടുതൽ സ്വതന്ത്രരാണ്; ഞങ്ങൾ കൂടുതൽ സ്വതന്ത്രരായതുകൊണ്ട് കൂടുതൽ പൂർണത നേടിയവരാണ്.

ഞങ്ങളുടെ പൂർണമായ സ്വാതന്ത്ര്യത്തിന്റെ പൂർണരേഖ ഉണ്ടാക്കിക്കഴിഞ്ഞിട്ടുണ്ട്. അതിന്റെ വിശദാംശങ്ങൾ ഉണ്ടാക്കിയിട്ടില്ല. ഞങ്ങൾ അതു തയ്യാറാക്കും.

ഞങ്ങൾക്ക് സ്വാതന്ത്ര്യം ലഭിച്ചതും അതു നിലനിർത്തുന്നതും ചോരചിന്തിയ ത്യാഗങ്ങൾ സഹിച്ചുകൊണ്ടാണ്.

ഞങ്ങളുടെ ത്യാഗം ബോധപൂർവമുള്ളതാണ്. ഞങ്ങൾ കെട്ടിപ്പടുക്കുന്ന സ്വാതന്ത്ര്യത്തിനുവേണ്ടി നടത്തിയ ത്യാഗം.

ഞങ്ങളുടെ മാർഗം സുദീർഘമാണ്; അതിന്റെ പല ഭാഗങ്ങളും അജ്ഞാതമാണ്.

ഞങ്ങളുടെ പരിമിതികൾ ഞങ്ങൾക്കറിയാം. ഞങ്ങൾ ഇരുപത്തിയൊന്നാം നൂറ്റാണ്ടിലെ മനുഷ്യനെ, ഞങ്ങളെത്തന്നെ സൃഷ്ടിക്കും.

പുതിയ സാങ്കേതികവിദ്യകളോടുകൂടിയ പുതിയ മനുഷ്യനെ സൃഷ്ടിച്ച് ദൈനംദിന പ്രവർത്തനങ്ങളിൽ സ്വയം രൂപപ്പെടുത്തും.

ജനങ്ങളുടെ മഹത്തായ നന്മകളുടെയും അഭിലാഷങ്ങളുടെയും മൂർത്തീമദ്ഭാവമായിരിക്കുന്നിടത്തോളം, മാർഗത്തിൽനിന്ന് വ്യതിചലിക്കാത്തിടത്തോളം, വ്യക്തികൾക്ക് ബഹുജനങ്ങളെ സംഘടിപ്പിക്കുന്നതിലും നയിക്കുന്നതിലും നല്ല പങ്കുവഹിക്കാൻ കഴിയും.

മാർഗം തെളിയിക്കുന്നത് മുന്നണിവിഭാഗമാണ്. ഏറ്റവും നല്ല വിഭാഗം, പാർട്ടിയാണ്.

ഞങ്ങളുടെ പ്രവൃത്തികളുടെ അടിസ്ഥാനം യുവാക്കളാണ്. ഞങ്ങൾ അവരിലാണ് ആശ കേന്ദ്രീകരിച്ചിരിക്കുന്നത്, ഞങ്ങളുടെ കൈകളിൽനിന്ന് കൊടി ഏറ്റുവാങ്ങാൻ അവരെ ഞങ്ങൾ കഴിവുറ്റവരാക്കിത്തീർക്കും.

അവ്യക്തമായ ഈ കത്ത് എന്തെങ്കിലും വ്യക്തമാക്കുന്നുണ്ടെങ്കിൽ അതിന് പ്രേരകമായിത്തീർന്ന ലക്ഷ്യം അത് കൈവരിച്ചിട്ടുണ്ട്. ഹസ്തദാനംപോലെയോ "ആവേ മരിയാ പുരിസ്സിമ" പോലെയോ ഒരു ചടങ്ങായിത്തീർന്ന ആശീർവാദത്തോടെ ഞാനിത് അവസാനിപ്പിക്കുന്നു.

നമ്മുടെ രാജ്യം അല്ലെങ്കിൽ മരണം.

“നിരവധി വിയത്നാമുകൾ സൃഷ്ടിക്കുക”

(ട്രൈകോൺടിനെന്റലിനുള്ള സന്ദേശം)[1]

“ചൂള കത്തിജ്വലിച്ചുകൊണ്ടിരിക്കുകയാണ്;
അതിന്റെ പ്രകാശം മാത്രമേ കാണാനുള്ളൂ”

ജോസ് മാർട്ടി

കഴിഞ്ഞ ലോകമഹായുദ്ധം അവസാനിച്ചിട്ട് ഇരുപത്തിയൊന്നു വർഷം കഴിഞ്ഞു. ജപ്പാന്റെ പരാജയംകൊണ്ട് പ്രതീരൂപാത്മകമാക്കപ്പെട്ട ഈ സംഭവം എല്ലാ ഭാഷകളിലുമുള്ള വിവിധ പ്രസിദ്ധീകരണങ്ങൾ ആഘോഷിച്ചുകൊണ്ടിരിക്കുകയാണ്. വിവിധ ക്യാമ്പുകളായി വിഭജിക്കപ്പെട്ടുകിടക്കുന്ന ലോകത്തിലെ ഓരോ ക്യാമ്പിലെയും വിവിധ മേഖലകളിൽ ശുഭാപ്തിവിശ്വാസത്തിന്റേതായ ഒരു കാലാവസ്ഥ ദൃശ്യമാണ്.

വർധിച്ച സംഘട്ടനങ്ങളുടെയും അക്രമാസക്തമായ ഏറ്റുമുട്ടലുകളുടെയും പെട്ടെന്നുള്ള മാറ്റങ്ങളുടേതുമായ ഈ കാലഘട്ടത്തിൽ, ലോകയുദ്ധം ഇല്ലാത്ത ഇരുപത്തിയൊന്നുവർഷം എന്നത് വമ്പിച്ച ഒരു കാലയളവുതന്നെയാണ്. ഈ സമാധാനത്തിനുവേണ്ടി സമരം ചെയ്യാൻ നാം സന്നദ്ധരാണെന്ന് നാമെല്ലാം പ്രഖ്യാപിക്കുന്നു. എന്നാൽ, അതിന്റെ പ്രായോഗിക ഫലങ്ങളെ (ദാരിദ്ര്യം, അധഃപതനം, മാനവരാശിയുടെ അതിവിപുലമായ മേഖലകളിലെ നിരന്തരം വർധിച്ചുവരുന്ന ചൂഷണം) വിശകലനം ചെയ്യാതെതന്നെ, ഈ സമാധാനം യാഥാർഥ്യമാണോ എന്ന് ചോദിക്കുന്നത് പ്രസക്തമായിരിക്കും.

ജപ്പാൻ കീഴടങ്ങിയതിനുശേഷം ഒന്നൊന്നായി സംഭവിച്ച, പ്രാദേശിക സ്വഭാവത്തോടുകൂടിയ വിവിധ സംഘട്ടനങ്ങളുടെ ചരിത്രം എഴുതുക എന്നതല്ല ഈ കുറിപ്പുകളുടെ ഉദ്ദേശ്യം. സമാധാനത്തിന്റേതെന്ന് കരുതപ്പെടുന്ന ഈ വർഷങ്ങളിൽ സംഭവിച്ച, വർധിച്ചുകൊണ്ടേയിരിക്കുന്ന, നിരവധി സൈനികേതര സംഘർഷങ്ങളെ വിവരിക്കുകയുമല്ല ഇതിന്റെ ഉദ്ദേശ്യം. അപരിമേയമായ ശുഭാപ്തിവിശ്വാസത്തെ നേരിടാൻ, കൊറിയയിലെയും വിയത്നാമിലെയും യുദ്ധങ്ങളുടെ ഉദാഹരണങ്ങൾ ചൂണ്ടിക്കാണിച്ചാൽ മാത്രം മതിയാകുമല്ലോ.[2]

കൊറിയയിൽ വർഷങ്ങൾ നീണ്ടുനിന്ന ഭീകരമായ യുദ്ധങ്ങൾക്കുശേഷം ആധുനിക യുദ്ധത്തിന്റെ ചരിത്രത്തിൽ കേട്ടുകേഴ്വിപോലുമില്ലാത്ത വിധത്തിലുള്ള ഏറ്റവും ഭയാനകമായ ദുരന്തങ്ങളിലാണ് ആ രാജ്യത്തിന്റെ വടക്കൻഭാഗം ചവിട്ടിത്താഴ്ത്തപ്പെട്ടത്—ബോംബുകൾ വീണ് കീറിമുറിഞ്ഞ ഭൂമി, ഫാക്ടറികളൊന്നുമില്ല; സ്കൂളുകളില്ല; ആശുപത്രികളില്ല. നൂറുലക്ഷം ജനങ്ങൾക്ക് തലചായ്ക്കാൻ വീടുകളൊന്നുമില്ല.

ഐക്യരാഷ്ട്രസഭയുടെ കപട ബാനറിനുകീഴിൽ, അമേരിക്കൻ സൈന്യങ്ങൾ വൻതോതിൽ പങ്കെടുത്തുകൊണ്ട്, ദക്ഷിണകൊറിയൻ ജനങ്ങളെ നിർബന്ധപൂർവം സൈന്യത്തിൽ ചേർത്ത് അവരെ പീരങ്കിയുണ്ടകളായി ഉപയോഗിച്ച്, നടത്തിയ ആ യുദ്ധം അമേരിക്കയുടെ സൈനിക നേതൃത്വത്തിൻകീഴിലായിരുന്നു; ആ യുദ്ധത്തിൽ ഡസൻ കണക്കിന് മറ്റു രാജ്യങ്ങൾ ഇടപെടുകയുണ്ടായി. മറുവശത്താകട്ടെ, കൊറിയയിലെ സൈന്യത്തിനും ജനങ്ങൾക്കും ജനകീയ ചൈനാ റിപ്പബ്ലിക്കിൽനിന്നുള്ള വളണ്ടിയർമാർക്കും, സോവിയറ്റ് സൈനിക സംവിധാനത്തിൽനിന്ന് ഉപദേശവും സഹായവും ലഭിച്ചു. വിനാശകാരികളായ ആയുധങ്ങൾ അമേരിക്ക അവിടെ എല്ലാവിധത്തിലും പരീക്ഷിച്ചു; തെർമോ ന്യൂക്ലിയർ ആയുധങ്ങൾ ഒഴിച്ച്, പരിമിതമായ തോതിലാണെങ്കിലും രാസായുധങ്ങളും ബാക്ടീരിയോളജിക്കൽ ആയുധങ്ങളും അടക്കമുള്ള മിക്ക ആയുധങ്ങളും അമേരിക്ക ഉപയോഗിച്ചു.

വിയത്നാമിലെ ദേശാഭിമാനികളായ ജനങ്ങൾക്ക് മൂന്ന് സാമ്രാജ്യത്വ ശക്തികളോട്, വർഷങ്ങളോളം ഏറെക്കുറെ ഇടതടവില്ലാതെ തന്നെ യുദ്ധം ചെയ്യേണ്ടിവന്നു—ആദ്യം ജപ്പാനോടാണ് യുദ്ധം ചെയ്യേണ്ടിവന്നത്; നാഗസാക്കിയിലും ഹിരോഷിമയിലും ബോംബ് വർഷിക്കപ്പെട്ടതിനെത്തുടർന്ന് ആ രാജ്യത്തിന്റെ ശക്തി ക്ഷയിച്ചു. പിന്നീട് ഫ്രാൻസുമായി—പരാജയപ്പെട്ട രാജ്യത്തിൽനിന്ന് ഫ്രാൻസ് തങ്ങളുടെ ഇന്തോ-ചൈനാ കോളനികൾ തിരിച്ചുപിടിച്ചു; തോറ്റ് അവശരായിരുന്ന സമയത്ത് നടത്തിയ വാഗ്ദാനങ്ങളെല്ലാം വിസ്മരിച്ചുകൊണ്ടാണ് ഫ്രാൻസ് അങ്ങനെ ചെയ്തത്. ഒടുവിൽ യുദ്ധത്തിന്റെ അവസാനത്തെ ഘട്ടത്തിൽ വിയത്നാമിന് അമേരിക്കയോടും യുദ്ധം ചെയ്യേണ്ടിവന്നു.

പരിമിതമായ തോതിലുള്ള യുദ്ധങ്ങൾ എല്ലാ ഭൂഖണ്ഡങ്ങളിലും ഉണ്ടായിട്ടുണ്ട്. എന്നാൽ, ലാറ്റിൻ അമേരിക്കൻ വൻകരയിലാകട്ടെ, ഏറെക്കാലത്തേക്ക് സ്വാതന്ത്ര്യസമരങ്ങളുടെ നേർക്കുള്ള ആക്രമണങ്ങളും പട്ടാള അട്ടിമറികളും മാത്രമേ ഉണ്ടായിട്ടുള്ളൂ. ക്യൂബൻ വിപ്ലവം അതിന്റെ കാഹളധ്വനി മുഴക്കുന്നതുവരെ അതായിരുന്നു സ്ഥിതി. വിപ്ലവത്തോടെ ക്യൂബ, ഈ മേഖലയുടെ പ്രാധാന്യം എല്ലാ

വർക്കും കാണിച്ചുകൊടുത്തു; അതോടെ സാമ്രാജ്യത്വ രാഷ്ട്രങ്ങളുടെ രോഷത്തിനു ക്യൂബ പാത്രമായി. ആദ്യം ബൈ ഓഫ് പിഗ്സിലും പിന്നീട് 1962 ഒക്ടോബറിലെ മിസൈൽ പ്രതിസന്ധിക്കിടയിലും തങ്ങളുടെ കടൽത്തീരങ്ങളെ സംരക്ഷിക്കാൻ അങ്ങനെ ക്യൂബ നിർബന്ധിതമായിത്തീർന്നു. ക്യൂബയുടെ പ്രശ്നത്തെച്ചൊല്ലി അമേരിക്കയും സോവിയറ്റ് യൂണിയനും തമ്മിൽ സംഘട്ടനം സംഭവിച്ചിരുന്നുവെങ്കിൽ, ഇതിൽ രണ്ടാമത് പറഞ്ഞ സംഭവം, കണക്കാക്കാൻ കഴിയാത്തത്ര വലിയ ഒരു യുദ്ധത്തിന് കാരണമായിത്തീർന്നേനെ.

അതെന്തായാലും ഇന്നിപ്പോൾ വൈരുധ്യങ്ങൾ വ്യക്തമായി കേന്ദ്രീകരിച്ചിരിക്കുന്നത് ഇന്തോ-ചൈനാ ഉപദ്വീപിലെയും അയൽ രാജ്യങ്ങളിലെയും ഭൂവിഭാഗങ്ങളിലാണ്. ലാവോസും വിയത്നാമും സംഘർഷങ്ങൾകൊണ്ട് ഇളകിമറിഞ്ഞു; അമേരിക്കൻ സാമ്രാജ്യത്വം അതിന്റെ എല്ലാ ശക്തിയോടുംകൂടി ഇടപെട്ടപ്പോൾ അത് ആഭ്യന്തര യുദ്ധങ്ങളായി കലാശിച്ചു; ആ മേഖല മുഴുവൻ അപകടം നിറഞ്ഞതായി. വിയത്നാമിലാകട്ടെ, സംഘട്ടനം ഏറ്റവും രൂക്ഷമായ സ്വഭാവം കൈക്കൊണ്ടു. ഈ യുദ്ധത്തിന്റെ ചരിത്രത്തിലേക്ക് കടക്കുക എന്നതല്ല നമ്മുടെ ഉദ്ദേശ്യം. ചില നാഴികക്കല്ലുകൾ ചൂണ്ടിക്കാണിക്കുക മാത്രം ചെയ്യാം.

ദിയൻ ബിയൻ ഫൂവിലെ യുദ്ധത്തിൽവച്ച് ഫ്രഞ്ച് സൈന്യത്തിന് കനത്ത പരാജയം സംഭവിച്ചതിനെത്തുടർന്ന് 1954 ൽ ജനീവാ കരാർ ഒപ്പുവയ്ക്കപ്പെട്ടു. അതിന്റെ അടിസ്ഥാനത്തിൽ രാജ്യം രണ്ടു മേഖലകളായി വിഭജിക്കപ്പെട്ടു. രാജ്യം ആരു ഭരിക്കുമെന്നും അതിനെ എങ്ങനെ പുനരേകീകരിക്കുമെന്നും നിശ്ചയിക്കുന്നതിനുവേണ്ടി പതിനെട്ടുമാസത്തിനുള്ളിൽ തിരഞ്ഞെടുപ്പ് നടത്താമെന്നായിരുന്നു വ്യവസ്ഥ. എന്നാൽ, അമേരിക്ക ആ കരാറിൽ ഒപ്പിട്ടില്ല. ഫ്രഞ്ച് പാവയായ ബാവോ ദായ് ചക്രവർത്തിയെ മാറ്റി, തങ്ങളുടെ ലക്ഷ്യങ്ങൾക്ക് യോജിച്ച ഒരാളെ വാഴിക്കാൻ അമേരിക്ക കുതന്ത്രങ്ങൾ ആരംഭിച്ചു. അതിനു പറ്റിയ ആൾ എൻഗോ ദിൻ ദിയെം ആയിരുന്നു. അദ്ദേഹത്തിന്റെ ദാരുണമായ അന്ത്യം എല്ലാവർക്കും അറിവുള്ളതാണല്ലോ.[3] ഓറഞ്ച് പിഴിയുംപോലെ സാമ്രാജ്യത്വം അയാളെ ഞെരിച്ചുകൊന്നു!

കരാറുകൾ ഒപ്പിട്ടതിനെത്തുടർന്നുള്ള മാസങ്ങളിൽ ജനകീയ സേനകളുടെ ക്യാമ്പിൽ ശുഭാപ്തിവിശ്വാസം നടമാടി. തെക്കൻഭാഗത്തെ ഫ്രഞ്ച്വിരുദ്ധ സമരത്തിന്റെ സൈനിക നിയമങ്ങൾ അവർ പൊളിച്ചടുക്കി; കരാറുകൾ നടപ്പാക്കപ്പെടും എന്നു കരുതിയിരുന്നു. ബാലറ്റ് പെട്ടിയിലൂടെ തങ്ങളുടെ അഭിമതം നടപ്പാക്കാൻ കഴിയും എന്ന് അമേരിക്കയ്ക്ക് തോന്നുന്നില്ലെങ്കിൽ (തങ്ങളുടെ തിരഞ്ഞെടുപ്പ് കൃത്രിമങ്ങളെല്ലാം ഉപയോഗിച്ചാലും തങ്ങൾക്കതിന് കഴിയില്ലെന്ന് അമേരിക്കയ്ക്ക് ബോധ്യമുണ്ടായിരുന്നു) തിരഞ്ഞെടുപ്പ് ഉണ്ടാവുകയില്ല എന്ന് ദേശാഭിമാനികൾക്ക് അധികം കഴിയുംമുമ്പ് മനസിലായി.

രാജ്യത്തിന്റെ തെക്കൻഭാഗത്ത് വീണ്ടും ഒരിക്കൽക്കൂടി സമരങ്ങൾ ആരംഭിച്ചു. അവ കൂടുതൽ രൂക്ഷമാവാനും തുടങ്ങി. ഇന്നിപ്പോൾ അമേരിക്കൻ സൈന്യം ഏറെക്കുറെ അഞ്ചുലക്ഷത്തോളം ആയി ഉയർന്നിരിക്കുന്നു—അഞ്ചുലക്ഷം ആക്രമണകാരികൾ. അതേ അവസരത്തിൽ പാവഗവൺമെന്റിന്റെ സൈന്യത്തിന്റെ സംഖ്യ കുറഞ്ഞുകുറഞ്ഞുവരുന്നു; എല്ലാറ്റിനുമുപരി, അവർക്ക് യുദ്ധം ചെയ്യാനുള്ള ഇച്ഛാശക്തി നഷ്ടപ്പെടുകയും ചെയ്തിരിക്കുന്നു.

വിയത്നാം ജനാധിപത്യ റിപ്പബ്ലിക്കിനുമേൽ അമേരിക്ക നിരന്തരം ബോംബ് വർഷിക്കാൻ തുടങ്ങിയിട്ട് ഏതാണ്ട് രണ്ടുകൊല്ലമായി. അവർ, തെക്കൻഭാഗങ്ങളിൽ നടത്തുന്ന യുദ്ധത്തിന്റെ വീര്യം തകർക്കുന്നതിനും ശക്തമായ നിലപാടിൽനിന്നുകൊണ്ട് സമാധാന ചർച്ചകൾ കെട്ടിയേൽപ്പിക്കുന്നതിനും ഉള്ള മറ്റൊരു ശ്രമത്തിന്റെ ഭാഗമാണത്. തുടക്കത്തിൽ ബോംബിടൽ ഏറെക്കുറെ ഒറ്റപ്പെട്ട സംഭവങ്ങളായിരുന്നു; വടക്കുനിന്ന് ഉണ്ടായി എന്നു പറയപ്പെടുന്ന പ്രകോപനങ്ങൾക്ക് പ്രതികാരമെന്നതിന്റെ മറവിലാണ് അത് നടന്നിരുന്നത്. എന്നാൽ, ക്രമേണ അതിന്റെ രൂക്ഷതയും സംഖ്യയും വർധിച്ചു. ഒടുവിൽ രാജ്യത്തിന്റെ വടക്കൻ ഭാഗങ്ങളിൽ നാഗരികതയുടെ എന്തെങ്കിലും അടയാളംപോലും ബാക്കിനിൽക്കാതെ സർവതും നശിപ്പിക്കുക എന്ന ഉദ്ദേശ്യത്തോടെ അമേരിക്കൻ വ്യോമസേന ദൈനംദിനം നടത്തിക്കൊണ്ടിരുന്ന പടുകൂറ്റൻ കടന്നാക്രമണമായി അതു മാറി. ദുഃഖകരമെങ്കിലും കുപ്രസിദ്ധമായ, രൂക്ഷമായ യുദ്ധത്തിന്റെ ഒരധ്യായം മാത്രമാണത്.

വിയത്നാമിന്റെ വിമാനവേധത്തോക്കുകൾ കാഴ്ചവച്ച ധീരോദാത്തമായ ചെറുത്തുനിൽപ്പും (1700-ൽപ്പരം അമേരിക്കൻ വിമാനങ്ങളാണ് അവർ വെടിവച്ചുവീഴ്ത്തിയത്) സോഷ്യലിസ്റ്റ് ക്യാമ്പിൽനിന്ന് വിയത്നാമിനു ലഭിച്ച സൈനിക സഹായങ്ങളും ഉണ്ടായിട്ടും യാങ്കികളുടെ ഭൗതികലക്ഷ്യം ഏറെക്കുറെ നേടിയെന്നുതന്നെ പറയാം.

വേദനാജനകമായ യാഥാർഥ്യം ഇതാണ്: ലോകത്തിലെ മർദിതരുടെയും പീഡിതരുടെയും വിജയത്തിനുവേണ്ടിയുള്ള അഭിലാഷങ്ങളെയും ആശകളെയും പ്രതിനിധീകരിക്കുന്ന രാഷ്ട്രമായ വിയത്നാം ഇന്ന് അതിദാരുണമാംവിധം ഒറ്റപ്പെട്ടിരിക്കുന്നു. അമേരിക്കൻ സാങ്കേതികവിദ്യയുടെ ഭീകരമായ അടിച്ചമർത്തലിനെ ഈ ജനതയ്ക്ക് അതിജീവിക്കേണ്ടിയിരിക്കുന്നു—രാജ്യത്തിന്റെ തെക്കൻഭാഗത്ത് ഏറെക്കുറെ പ്രതിരോധമൊട്ടുമില്ലാതെതന്നെ; വടക്കുഭാഗത്താകട്ടെ, പ്രതിരോധത്തിന് അൽപ്പം സാധ്യതയുണ്ടെന്നുമാത്രം. എന്നാൽ, അവർ ഒറ്റയ്ക്കത് ചെയ്യേണ്ടിയിരിക്കുന്നു.

വിയത്നാം ജനതയോട് ഐക്യദാർഢ്യം പ്രകടിപ്പിക്കുന്ന പുരോഗമന ലോകത്തിന് റോമൻ സർക്കസിലെ കോമാളികളായ മല്ല

യുദ്ധക്കാരുടെ കളികളിൽ ആഹ്ലാദം പ്രകടിപ്പിക്കുന്ന തറടിക്കറ്റുകാരുമായി എന്തോ സാമ്യമുണ്ട്. ഇടികൊള്ളുന്നവർ വിജയം നേടണമെന്ന് ആഗ്രഹിച്ചതുകൊണ്ടായില്ല. അവന്റെ/അവളുടെ ഭാഗധേയത്തിൽ നാം പങ്കുവഹിക്കുകയും വേണം. മരണത്തിലായാലും ശരി, വിജയത്തിലായാലും ശരി, ഇരയോടൊപ്പമുണ്ടാവണം.

വിയത്നാം ജനതയുടെ ഒറ്റപ്പെടലിനെക്കുറിച്ച് നാം വിശകലനം ചെയ്യുമ്പോൾ, മാനവരാശിയുടെ ചരിത്രത്തിലെ അയുക്തികമായ ഈ നിമിഷത്തെക്കുറിച്ച് നാം ദുഃഖാർത്തരായിത്തീരും.[4] കടന്നാക്രമണത്തിന്റെ കുറ്റം മുഴുവൻ അമേരിക്കൻ സാമ്രാജ്യത്വത്തിനു തന്നെയാണ്. അവരുടെ ക്രൂരകൃത്യങ്ങൾ അളവറ്റതാണ്; അത് ലോകം മുഴുവൻ വ്യാപിച്ചുകിടക്കുന്നു. മാന്യരേ, നമുക്ക് ഇക്കാര്യമറിയാം. എന്നാൽ, നിർണായകമായ മുഹൂർത്തത്തിൽ വിയത്നാമിനെ സോഷ്യലിസ്റ്റ് ഭൂവിഭാഗത്തിന്റെ പവിത്രമായ ഭാഗമാക്കിത്തീർക്കുന്ന കാര്യത്തിൽ വിമുഖത കാണിച്ചവരും കുറ്റക്കാർ തന്നെയാണ്. ശരിയാണ്. ആഗോളതലത്തിലുള്ള ഒരു യുദ്ധം സംഭവിച്ചേക്കുമെന്ന അപകടമുണ്ടായിരുന്നു; എന്നാൽ, ഒരു തീരുമാനമെടുക്കാൻ അമേരിക്കൻ സാമ്രാജ്യത്വത്തെ നിർബന്ധിതമാക്കുന്ന സാഹചര്യവും ഉണ്ടായിരുന്നു. സോഷ്യലിസ്റ്റ് ക്യാമ്പിലെ ഏറ്റവും വലിയ രണ്ട് ശക്തികളുടെ[5] പ്രതിനിധികൾ കുറച്ചുകാലമായി തുടങ്ങിയിട്ടുള്ള കുതന്ത്രങ്ങളും ആരോപണയുദ്ധങ്ങളും ഇപ്പോഴും തുടർന്നുകൊണ്ടിരിക്കുകയാണ്. അവരും ഇക്കാര്യത്തിൽ കുറ്റക്കാർ തന്നെയാണ്.

ആത്മാർഥമായ ഉത്തരം ലഭിക്കുമെന്ന് പ്രതീക്ഷിച്ചുകൊണ്ട് ഞങ്ങൾ ചോദിക്കട്ടെ: തമ്മിൽ തമ്മിൽ കലഹിക്കുന്ന രണ്ടു ശക്തികൾക്കിടയിൽ അപകടകരമായ സന്തുലനം നിലനിർത്താൻ വിയത്നാം ശ്രമിക്കുന്നുവെന്നതിനാൽ ആ രാഷ്ട്രം ഒറ്റപ്പെടുത്തപ്പെട്ടില്ലേ? എത്ര വലിയ മാഹാത്മ്യമാണവർ കാണിച്ചത്! എത്ര ധീരന്മാരാണവർ! സംയമനം പാലിക്കുന്നവർ! അവരുടെ വഴക്ക് ലോകത്തിന് എത്ര വലിയ പാഠമാണ് സമ്മാനിക്കുന്നത്!

തന്റെ ജനതയ്ക്ക് ആവശ്യമായ ചില പരിഷ്കാരങ്ങൾക്ക് തുടക്കം കുറിക്കാൻ പ്രസിഡന്റ് ജോൺസൺ യഥാർഥത്തിൽ ഗൗരവമായി ആലോചിച്ചിരുന്നോ എന്ന കാര്യം മനസിലാക്കാൻ കുറെ കാലമെടുക്കും—സ്ഫോടനാത്മകമായ ശക്തിയോടുകൂടി അടിക്കടി പ്രത്യക്ഷപ്പെട്ടുകൊണ്ടിരിക്കുന്ന വർഗവൈരുധ്യങ്ങളെ മറച്ചുവയ്ക്കാനുള്ള പരിഷ്കാരങ്ങൾ[6]. മഹത്തായ സമൂഹം എന്ന പേരിൽ ആർഭാടത്തോടുകൂടി പ്രഖ്യാപിച്ച നേട്ടങ്ങളെല്ലാം വിയത്നാമിൽ പാഴായിപ്പോയിരിക്കുന്നു എന്ന കാര്യം തീർച്ചയാണ്. വളരെ ദരിദ്രവും പിന്നോക്കാവസ്ഥയിലുള്ളതുമായ ഒരു രാജ്യം അമേരിക്കയുടെ ഉള്ളിൽ ഏൽപ്പിച്ച മുറിവുകളിൽനിന്ന് ഒലിക്കുന്ന ചോര, സാമ്രാജ്യത്വശക്തികളിൽ വച്ച് ഏറ്റവും വലിയ ആ രാജ്യത്തെ വേദനിപ്പിക്കുകയാണ്. അമേരി

ക്കയുടെ—അവിശ്വസനീയമാംവണ്ണം വലിയ—സമ്പദ്വ്യവസ്ഥ യുദ്ധ യത്നങ്ങൾകൊണ്ട് തകരാറിലായിരിക്കുന്നു. കുത്തകകളെ സംബ ന്ധിച്ചിടത്തോളം ഏറ്റവും സുഖകരമായ ഏർപ്പാടായിരുന്നു കൊല; എന്നാൽ ആ സ്ഥിതി മാറിയിരിക്കുന്നു.

തങ്ങളുടെ രാജ്യത്തോടും സമൂഹത്തോടും ഉള്ള സ്നേഹത്തിനും മറ്റൊന്നിനും അതിശയിക്കാൻ കഴിയാത്ത ധീരതയ്ക്കും പുറമേ, മഹാ ന്മാരായ ഈ വിയത്നാം പടയാളികൾക്ക് ആകെയുള്ളത് ഏതാനും പ്രതിരോധായുധങ്ങൾ മാത്രമാണ്—അതും വേണ്ടത്ര ഇല്ലതാനും. സാമ്രാജ്യത്വം വിയത്നാമിലെ ചേറിൽ താണുപോയിരിക്കുന്നു—അതിൽനിന്ന് രക്ഷപ്പെടാൻ അവർ വഴികാണുന്നില്ല. തങ്ങൾ സ്വയം ചെന്നകപ്പെട്ടിട്ടുള്ള അപകടകരമായ പരിതഃസ്ഥിതിയിൽനിന്ന് അന്ത സോടെ പുറത്തുകടക്കാൻ തങ്ങളെ സഹായിക്കുന്ന ഒരു മാർഗത്തിനു വേണ്ടി അമേരിക്ക, പരിഭ്രാന്തിയോടെ പരതുകയാണ്. എന്നുതന്നെ യല്ല, വടക്കൻ വിയത്നാം മുന്നോട്ടുവച്ച "നാലു കാര്യങ്ങളും" തെക്കൻ വിയത്നാമിന്റെ "അഞ്ചു കാര്യങ്ങളും" കൂടി അമേരിക്കയെ ഒരു ആപ്പിലാക്കിയ മട്ടാണ്; സംഘട്ടനത്തെ അത് കൂടുതൽ നിർണാ യകമാക്കിത്തീർത്തിരിക്കുന്നു.

സമാധാനം, സന്ദിഗ്ധാവസ്ഥയിലുള്ള സമാധാനം (ആഗോള തലത്തിലുള്ള മഹാസംഘർഷങ്ങളൊന്നും സംഭവിച്ചിട്ടില്ലാത്തതുകൊ ണ്ടുമാത്രമാണ് ഈ അവസ്ഥയെ നാം സമാധാനം എന്നുവിളിക്കു ന്നത്) അപകടത്തിലാണ്, അമേരിക്ക കൈക്കൊള്ളുന്ന തിരുത്താനാ വാത്തതും അംഗീകരിക്കാനാവാത്തതുമായ ചില നടപടികൾമൂലം സമാധാനം തകർക്കപ്പെടാം എന്ന അപകടം വീണ്ടും ഉണ്ടായിരി ക്കുന്നു എന്നാണ് എല്ലാ കാര്യങ്ങളും സൂചിപ്പിക്കുന്നത്.

നമ്മൾ, ലോകത്തിലെ ചൂഷിതരായ നമ്മൾ, ഇവിടെ വഹിക്കേണ്ട പങ്കെന്താണ്?

മൂന്നു ഭൂഖണ്ഡത്തിലെ ജനങ്ങൾ വിയത്നാമിലേക്ക് ഉറ്റുനോ ക്കിക്കൊണ്ടിരിക്കുകയാണ്; അവിടെനിന്ന് ഒരു പാഠം പഠിച്ചുകൊണ്ടി രിക്കുകയാണ്. മാനവരാശിയെ ഭയപ്പെടുത്തി കാര്യം നേടുന്നതിനാ യി സാമ്രാജ്യത്വശക്തികൾ യുദ്ധഭീഷണിയെ ഉപയോഗപ്പെടുത്തി ക്കൊണ്ടിരിക്കുകയാണ്. അതുകൊണ്ട് യുദ്ധത്തെ ഭയപ്പെടുക എന്നതല്ലേ ശരിയായ നടപടി. സംഘട്ടനത്തിന്റെ പ്രദേശങ്ങളിലെല്ലാം നിർത്താതെ, കടുത്ത ആക്രമണം നടത്തുക—അതായിയിരിക്കണം ജനങ്ങളുടെ പൊതുവിലുള്ള അടവ്.[7]

എന്നാൽ, നാമിന്ന് നിലനിർത്തിക്കൊണ്ടിരിക്കുന്ന ക്ലേശകരമായ ഈ സമാധാനം തകർക്കപ്പെട്ടിട്ടില്ലാത്ത സ്ഥലങ്ങളിൽ എന്തായിരി ക്കണം നമ്മുടെ കടമ?

എന്തു വിലകൊടുത്തും സ്വയം മോചിപ്പിക്കുക.

ലോകത്തിന്റെ വിശാലദൃശ്യം വളരെ സങ്കീർണതകൾ നിറഞ്ഞ

താണ്. വിമോചനം നേടുകയെന്ന കടമ, പഴയ യൂറോപ്പിലെ ചില രാജ്യങ്ങളിൽ ഇപ്പോഴും മുന്നിൽത്തന്നെയുണ്ട്. മുതലാളിത്തത്തിന്റെ എല്ലാ വൈരുധ്യങ്ങളും അനുഭവിക്കത്തക്കവിധം അവ വേണ്ടത്ര വികസിതങ്ങളായി കഴിഞ്ഞിട്ടുണ്ടെങ്കിലും മുതലാളിത്തത്തിന്റെ മാർഗം പിന്തുടരാനോ ആ മാർഗം അവലംബിക്കാനോ കഴിയാത്തവിധം അവ അത്രമാത്രം ദുർബലങ്ങളാണ്. ആ രാജ്യങ്ങളിൽ വരുംവർഷങ്ങളിൽ വൈരുധ്യങ്ങൾ കൂടുതൽ മൂർച്ഛിച്ച് സ്ഫോടനാത്മകമായിത്തീരും. എന്നാൽ, അവയെ നേരിടുന്ന പ്രശ്നങ്ങളും അവയ്ക്കുള്ള പരിഹാരങ്ങളും, സാമ്പത്തികമായി പിന്നോക്കം നിൽക്കുന്നതും ആശ്രിതങ്ങളുമായ രാജ്യങ്ങളിലെ ജനങ്ങളെ അഭിമുഖീകരിക്കുന്ന പ്രശ്നങ്ങളിൽനിന്ന് വ്യത്യസ്തമാണ്.

സാമ്രാജ്യത്വ ചൂഷണത്തിന്റെ അടിസ്ഥാന മേഖല കിടക്കുന്നത് ലാറ്റിൻ അമേരിക്ക, ഏഷ്യ, ആഫ്രിക്ക എന്നീ മൂന്നു പിന്നോക്ക വൻകരകളിലാണ്. ഒരു വൻകരയിലെ ഓരോ രാജ്യത്തിനും അതിന്റേതായ പ്രത്യേക സവിശേഷതകളുണ്ട്; എന്നാൽ, ആ ഭൂഖണ്ഡങ്ങൾക്ക് മൊത്തത്തിൽ, സ്വന്തമായ ചില ലക്ഷണങ്ങളുമുണ്ട്.

ലാറ്റിൻ അമേരിക്ക, മൊത്തത്തിൽ ഏറെക്കുറെ ഏകരൂപമായ ഒരു വൻകരയാണ്. അതിന്റെ ഏതാണ്ടെല്ലാ ഭൂഭാഗങ്ങളിലും അമേരിക്കൻ കുത്തക മൂലധനം പൂർണമായും മേധാവിത്വം വഹിക്കുന്നു.[8] പാവഗവൺമെന്റുകൾക്ക്, ഏറ്റവും മെച്ചപ്പെട്ട നിലയിലാണെങ്കിൽ ദുർബലവും കാതരവുമായ ഗവൺമെന്റുകൾക്ക് യാങ്കീ യജമാനന്മാരെ ചെറുക്കാൻ കഴിവില്ല. രാഷ്ട്രീയവും സാമ്പത്തികവുമായ തങ്ങളുടെ മേധാവിത്വത്തിന്റെ ഔന്നത്യത്തിൽ അമേരിക്ക ഫലത്തിൽ എത്തിച്ചേർന്നിരിക്കുന്നു. അതിനിനി അധികമൊന്നും മേലോട്ടുപോകാനില്ല. ഈ സ്ഥിതിയിൽ എന്തെങ്കിലും മാറ്റം വരുക എന്നതിനർഥം, അതിന്റെ മേധാവിത്വത്തിന് പിറകോട്ട് നീങ്ങേണ്ടിവരുക എന്നാണ്. തങ്ങൾ പിടിച്ചടക്കിയതൊക്കെ നിലനിർത്തുക എന്നതാണ് അവരുടെ നയം. ഏതെങ്കിലും തരത്തിലുള്ള വിമോചനപ്രസ്ഥാനങ്ങളെ തടയുന്നതിനായി സൈനികശക്തിയെ പൈശാചികമായി ഉപയോഗപ്പെടുത്തുക എന്നതു മാത്രമായിരിക്കുന്നു അവരുടെ പ്രവർത്തനമാർഗം.

“മറ്റൊരു ക്യൂബ ഉണ്ടാകുന്നതിന് ഞങ്ങൾ സമ്മതിക്കില്ല” എന്ന മുദ്രാവാക്യത്തിനു പിന്നിൽ ഒളിച്ചിരിക്കുന്നത് തങ്ങൾക്ക് നടത്താൻ കഴിയുന്ന ഭീരുത്വപൂർണമായ കടന്നാക്രമണ നടപടികൾക്കുള്ള സാധ്യതകളാണ്. ഉദാഹരണത്തിന്, ഡൊമിനിക്കൻ റിപ്പബ്ലിക്കിനു നേർക്കുള്ള കടന്നാക്രമണം[9]; അല്ലെങ്കിൽ അതിനുമുമ്പ് നടത്തിയ പനാമയിലെ കൂട്ടക്കൊല. ലാറ്റിൻ അമേരിക്കയിൽ എവിടെവച്ചെങ്കിലും വ്യവസ്ഥാപിത സംവിധാനത്തിൽ ഉണ്ടാകുന്ന മാറ്റം തങ്ങളുടെ താൽപ്പര്യങ്ങളെ അപകടപ്പെടുത്തുകയാണെങ്കിൽ, അവിടങ്ങളിലൊക്കെ ഇടപെടാൻ യാങ്കീ സൈന്യങ്ങൾ തയ്യാറാണ് എന്ന വ്യക്തമായ മു

ന്നറിയിപ്പാണ് അതിലുള്ളത്. ഈ നയത്തിന് ഹാനികരമായതൊന്നും സംഭവിക്കാത്ത ഒരവസ്ഥ അവിടെയുണ്ടുതാനും. ഒ എ എസിന്റെ വിശ്വസനീയത നഷ്ടപ്പെട്ടുകഴിഞ്ഞുവെങ്കിലും, അത് സൗകര്യപ്രദ മായ ഒരു മുഖംമൂടി തന്നെയാണ്. ഐക്യരാഷ്ട്രസഭയുടെ നിഷ്ഫ ലത, അപഹാസ്യവും ദുരന്തപൂർണവുമായ തലംവരെ എത്തിയിരി ക്കുന്നു. ലാറ്റിൻ അമേരിക്കയിലെ എല്ലാ രാജ്യങ്ങളിലെയും സൈ ന്യങ്ങൾ, തങ്ങളുടെ ജനങ്ങളെ ഞെരിച്ചമർത്താൻ, ഇടപെടാൻ ത യ്യാറായി നിൽക്കുകയാണ്. കുറ്റകൃത്യങ്ങളുടെയും വിശ്വാസവഞ്ചന കളുടെയും സാർവദേശീയത തന്നെയാണ് യഥാർഥത്തിൽ രൂപപ്പെ ട്ടിട്ടുള്ളത്.

നേരേമറിച്ച്, സാമ്രാജ്യത്വത്തെ എതിർക്കാനുള്ള എല്ലാ കഴിവും നാടൻ ബൂർഷ്വാസിക്ക് നഷ്ടപ്പെട്ടിരിക്കുന്നു—അവർക്ക് എന്തെങ്കിലും ഉണ്ടായിരുന്നുവെങ്കിൽ അതെല്ലാം നഷ്ടപ്പെട്ടു. സാമ്രാജ്യത്വത്തിന്റെ വാലിൽ കെട്ടിവലിക്കപ്പെടുന്ന അവസ്ഥയിലാണവ. മറ്റു ബദൽമാർ ഗങ്ങളൊന്നുമില്ല—സോഷ്യലിസ്റ്റ് വിപ്ലവമോ വിപ്ലവത്തിന്റെ ഹാസ്യാ നുകരണമോ ഒന്നുമില്ല.

വളരെ വ്യത്യസ്തമായ സ്വഭാവ സവിശേഷതകളോടുകൂടിയ ഭൂഖണ്ഡമാണ് ഏഷ്യ. നിരവധി യൂറോപ്യൻ കോളനി മേധാവികൾക്ക് എതിരായി നടന്ന വിമോചനസമരങ്ങളുടെ ഫലമായി, ഏറെക്കുറെ പുരോഗമന സ്വഭാവമുള്ള ഗവൺമെന്റുകൾ പല രാജ്യങ്ങളിലും സ്ഥാപി തമായി. അവയുടെ തുടർന്നുള്ള നിലനിൽപ്പും പ്രവർത്തനങ്ങളും മൂലം ചില രാജ്യങ്ങളിൽ ദേശീയ വിമോചനം എന്ന പ്രധാന ലക്ഷ്യം കൂടു തൽ തെളിഞ്ഞുവന്നപ്പോൾ മറ്റു ചില രാജ്യങ്ങളിൽ സാമ്രാജ്യത്വാനു കൂല നിലപാടുകളിലേക്ക് തിരിച്ചുപോവുകയാണുണ്ടായത്.

സാമ്പത്തിക കാഴ്ചപ്പാടിൽ നോക്കിയാൽ, അമേരിക്കയ്ക്ക് ഏഷ്യ യിൽ ഏറെയൊന്നും നഷ്ടപ്പെടാനില്ല; നേടാൻ വളരെയുണ്ടുതാനും. മാറ്റങ്ങൾ അതിനനുകൂലമായിട്ടാണ് പ്രവർത്തിക്കുന്നത്. മറ്റു പുത്തൻ കൊളോണിയൽ ശക്തികളെ ഈ മേഖലയിൽനിന്നു പുറംതള്ളാൻ അമേരിക്ക ശ്രമിച്ചുകൊണ്ടിരിക്കുകയാണ്. പുതിയ സാമ്പത്തിക പ്രവർത്തനമേഖലകളിലേക്ക് നുഴഞ്ഞുകയറാനും ശ്രമിച്ചുകൊണ്ടിരി ക്കുന്നു—ചിലപ്പോൾ നേരിട്ടാണത്; മറ്റു ചിലപ്പോൾ ജപ്പാനെ ഉപയോ ഗപ്പെടുത്തിക്കൊണ്ടും.

എന്നാൽ, ഏഷ്യൻ മേഖലയിൽ സവിശേഷ രാഷ്ട്രീയ പരിതഃ സ്ഥിതിയാണ് നിലനിൽക്കുന്നത്—പ്രത്യേകിച്ചും ഇന്തോ-ചൈന അർധദ്വീപിൽ. അമേരിക്കൻ സാമ്രാജ്യത്വത്തിന്റെ ആഗോള സൈനി കതന്ത്രത്തിൽ ഒരു സുപ്രധാന പങ്കുവഹിച്ചത് അതാണ്; ഏഷ്യക്ക് പ്രമുഖ പ്രാധാന്യം നൽകുന്നതും അതുതന്നെ. ദക്ഷിണകൊറിയ, ജപ്പാൻ, തായ്‌വാൻ, ദക്ഷിണ വിയത്‌നാം, തായ്‌ലാണ്ട് എന്നീ രാജ്യ ങ്ങളെ ഉപയോഗപ്പെടുത്തിക്കൊണ്ട് അമേരിക്കൻ സാമ്രാജ്യത്വം ചൈ

നയ്ക്കുചുറ്റും ഉപരോധം ഏർപ്പെടുത്തിയിരിക്കുകയാണ്.[11] ഈ ഇരട്ട സ്ഥിതിവിശേഷമാണ്—ജനകീയ ചൈനാ റിപ്പബ്ലിക്കിനുമേൽ ഏർപ്പെടുത്തിയിട്ടുള്ള സൈനിക ഉപരോധംപോലെ സുപ്രധാനമായ തന്ത്രപരമായ താൽപ്പര്യവും തങ്ങളിതുവരെ നുഴഞ്ഞുകയറിച്ചെന്നിട്ടില്ലാത്ത വൻകിട വിപണികളിലേക്ക് നുഴഞ്ഞുകയറിച്ചെല്ലാനുള്ള അമേരിക്കൻ മൂലധനത്തിന്റെ ആഗ്രഹവും—ഇന്ന് ലോകത്തിലെ ഏറ്റവും സ്ഫോടനാത്മകമായ പ്രദേശങ്ങളിൽ ഒന്നാക്കി ഏഷ്യയെ മാറ്റിയിട്ടുള്ളത്—വിയത്നാം മേഖലയ്ക്കു പുറത്ത് പ്രത്യക്ഷത്തിൽ സ്ഥിരത ദൃശ്യമാണെങ്കിലും.

ഭൂമിശാസ്ത്രപരമായി പറഞ്ഞാൽ, ഏഷ്യൻ ഭൂഖണ്ഡത്തിൽ ഉൾപ്പെട്ടുകിടക്കുന്നതെങ്കിലും തങ്ങളുടേതായ വൈരുധ്യങ്ങളുള്ള മധ്യ-പൂർവേഷ്യൻ മേഖല ഇന്ന് തിളച്ചുമറിയുകയാണ്. സാമ്രാജ്യത്വ ശക്തികളുടെ പിന്തുണയുള്ള ഇസ്രയേലും ഈ മേഖലയിലെ പുരോഗമനരാജ്യങ്ങളും തമ്മിലുള്ള ശീതയുദ്ധത്തിന്റെ അനന്തരഫലം എന്തായിരിക്കും എന്ന് വിഭാവനം ചെയ്യാൻ പ്രയാസമാണ്. ലോകത്തിലെ ഭീഷണാത്മകമായ അഗ്നിപർവതങ്ങളിൽ ഒന്നാണത്.

പുത്തൻ കൊളോണിയൽ കടന്നാക്രമണത്തിന്റെ കാര്യത്തിൽ, ആഫ്രിക്ക, ഏറെക്കുറെ കന്നിമണ്ണുപോലെത്തന്നെയാണ്. ചില മാറ്റങ്ങളൊക്കെ സംഭവിച്ചിട്ടുണ്ട്—തങ്ങളുടെ പഴയ സവിശേഷാധികാരങ്ങൾ ഉപേക്ഷിക്കാൻ പുത്തൻ കൊളോണിയൽ ശക്തികളെ നിർബന്ധിതരാക്കുന്ന വിധത്തിലുള്ള മാറ്റങ്ങൾ. എന്നാൽ, ഇത്തരം മാറ്റങ്ങൾ ആയാസരഹിതമായും ഇടതടവില്ലാതെയും നടപ്പിലാക്കപ്പെടുമ്പോൾ, കൊളോണിയലിസം, പുത്തൻ കൊളോണിയലിസത്തിന് വഴിമാറിക്കൊടുക്കുന്നു—സാമ്പത്തിക മേധാവിത്വത്തിന്റെ കാര്യത്തിൽ അതിന്റെ അനന്തരഫലങ്ങൾ മുമ്പത്തേതുതന്നെയായിരിക്കുകയും ചെയ്യും.

ഈ മേഖലയിൽ അമേരിക്കയ്ക്ക് കോളനികളുണ്ടായിരുന്നില്ല. എന്നാൽ, തങ്ങളുടെ പങ്കാളികളുടെ പഴയ സ്വകാര്യ സങ്കേതങ്ങളിലേക്ക് നുഴഞ്ഞുകയറാൻ അമേരിക്ക ഇപ്പോൾ ശ്രമിച്ചുകൊണ്ടിരിക്കുകയാണ്. അമേരിക്കൻ സാമ്രാജ്യത്വത്തിന്റെ തന്ത്രപരമായ പദ്ധതികളിൽ ഒരു ദീർഘകാല സംഭരണിതന്നെയാണ് ആഫ്രിക്ക എന്ന് തറപ്പിച്ചുപറയാൻ കഴിയും. ഇന്ന് ആ മേഖലയിൽ അമേരിക്കയ്ക്ക് എടുത്തുപറയത്തക്ക നിക്ഷേപമുള്ളത് ദക്ഷിണാഫ്രിക്കൻ യൂണിയനിൽ മാത്രമാണ്. എന്നാൽ, കോംഗോ, നൈജീരിയ തുടങ്ങിയ രാജ്യങ്ങളിലേക്ക് അവർ നുഴഞ്ഞുകയറാൻ ആരംഭിച്ചിരിക്കുന്നു—ഈ രാജ്യങ്ങളിലെല്ലാം സാമ്രാജ്യത്വശക്തികൾ തമ്മിൽതമ്മിലുള്ള മത്സരം മുമ്പ് സമാധാനപരമായിരുന്നു; എന്നാൽ, ഇപ്പോൾ അക്രമാസക്തമായിക്കൊണ്ടിരിക്കുകയാണ്. അമേരിക്കയുടെ കുത്തകകൾക്ക് നല്ല ലാഭം കിട്ടുന്നതോ അഥവാ അസംസ്കൃത വസ്തുക്കളുടെ വമ്പിച്ച

ശേഖരമുള്ളതോ ആയ രാജ്യങ്ങളിൽ അമേരിക്കയ്ക്ക് താൽപ്പര്യമുണ്ടെങ്കിലും (ഭൂഗോളത്തിൽ ഏതു സ്ഥലത്തും തങ്ങൾക്ക് ഇടപെടാനുള്ള അവകാശമുണ്ടെന്നാണ് അവരുടെ വാദം) ആഫ്രിക്കൻ മേഖലയിൽ അവർക്ക് അത്ര വലിയ താൽപ്പര്യങ്ങളൊന്നും സംരക്ഷിക്കാനില്ല. ജനങ്ങളുടെ മോചനത്തിനുള്ള സാധ്യതകളെ സംബന്ധിച്ച ചോദ്യം ഉന്നയിക്കുന്നത്, ഈ പശ്ചാത്തലത്തിൽ സംഗതമാണ്.

ആഫ്രിക്കയെക്കുറിച്ച് വിശകലനം ചെയ്യുമ്പോൾ, ഗിനിയ, മൊസാംബിക്, അംഗോള എന്നീ പോർത്തുഗീസ് കോളനികളിൽ കുറച്ചൊക്കെ ശക്തമായ സമരങ്ങൾ നടന്നുകൊണ്ടിരിക്കുന്നുണ്ട് എന്ന് നമുക്ക് കാണാം. അതിൽ ഗിനിയയിൽ പ്രത്യേകിച്ചും വിജയമുണ്ടായിട്ടുണ്ട്; മറ്റു രണ്ട് രാജ്യങ്ങളിൽ വിജയം പല അളവിലാണ്. ലുമുംബയുടെ പിൻമുറക്കാരും (മൊയ്സെ) ത്ഷോംബെയുടെ പഴയ കൂട്ടാളികളും തമ്മിൽ കോംഗോയിൽ നടക്കുന്ന സമരങ്ങൾക്ക് നമ്മളിപ്പോഴും സാക്ഷ്യംവഹിച്ചുകൊണ്ടിരിക്കുകയാണ്. ത്ഷോംബെയുടെ കൂട്ടാളികൾക്ക് അനുകൂലമായിട്ടാണ് ഈ സന്ദർഭത്തിൽ സമരം തിരിയുന്നതെന്നു തോന്നുന്നു. അവർ രാജ്യത്തിന്റെ വലിയ ഒരു ഭാഗം "ശാന്ത"മാക്കിയിരിക്കുന്നു—അവർക്ക് ഗുണകരമായ വിധത്തിൽ. യുദ്ധം ഇപ്പോഴും അകത്തുനടക്കുന്നുണ്ട്.

റൊഡേഷ്യയിൽ പ്രശ്നം വ്യത്യസ്തമാണ്. അവിടെ ഇപ്പോൾ ഭരിച്ചുകൊണ്ടിരിക്കുന്ന വെള്ള ന്യൂനപക്ഷത്തിന് അധികാരം കൈമാറാൻ തങ്ങളുടെ കയ്യിലുള്ള എല്ലാ മാർഗങ്ങളും ബ്രിട്ടീഷ് സാമ്രാജ്യത്വം പയറ്റിനോക്കി. ബ്രിട്ടന്റെ വീക്ഷണകോണിൽ നോക്കുമ്പോൾ സംഘട്ടനം തീർത്തും, അനൗദ്യോഗികമാണ്. ഈ പാശ്ചാത്യശക്തി, തങ്ങളുടെ തന്ത്രപരമായ പതിവ് സാമർഥ്യത്തോടെ (ശരിക്കു പറഞ്ഞാൽ കപടനാട്യം) ഇയാൻസ്മിത്തിന്റെ ഗവൺമെന്റ് കൈക്കൊണ്ട പല നടപടികളോടും തങ്ങൾക്ക് അസന്തുഷ്ടിയുണ്ടെന്ന് വരുത്തിത്തീർക്കാൻ ശ്രമിക്കുകയാണ്. വഞ്ചനാപരമായ അവരുടെ ഈ നിലപാടിന് അവരെ അനുകൂലിക്കുന്ന ചില കോമൺവെൽത്ത് രാജ്യങ്ങൾ പിന്തുണ നൽകുന്നുമുണ്ട്. എന്നാൽ, കറുത്ത ആഫ്രിക്കയിലെ നിരവധി രാജ്യങ്ങൾ അതിനെ എതിർക്കുന്നുമുണ്ട്. ബ്രിട്ടീഷ് സാമ്രാജ്യത്വത്തിന്റെ സാമ്പത്തിക അടിയാളന്മാർപോലും അതിനു തുനിയുന്നുണ്ട്.

റൊഡേഷ്യയിൽ ആയുധമെടുത്തു പോരാടാൻ തയ്യാറുള്ള കറുത്തവരായ ദേശാഭിമാനികളുടെ ശ്രമങ്ങൾ ഫലവത്താവുകയാണെങ്കിൽ, തൊട്ടടുത്തുള്ള ആഫ്രിക്കൻ രാജ്യങ്ങൾ ഈ പ്രസ്ഥാനത്തിന് ഫലപ്രദമായി പിന്തുണ നൽകുകയാണെങ്കിൽ, അവിടത്തെ സ്ഥിതി ഏറെ സ്ഫോടനാത്മകമായിത്തീരും. എന്നാൽ ഐക്യരാഷ്ട്രസഭ, കോമൺവെൽത്ത്, ആഫ്രിക്കൻ ഐക്യസംഘടന തുടങ്ങിയ

നിരുപദ്രവകരമായ സമിതികളിൽ മാത്രമേ ഈ പ്രശ്നങ്ങളൊക്കെ ചുമ്മാ ഉന്നയിക്കപ്പെടുന്നുള്ളൂ.

അതെന്തെയാലും, ആഫ്രിക്കയിലെ രാഷ്ട്രീയവും സാമൂഹ്യവും ആയ വളർച്ച, ഒരു ഭൂഖണ്ഡവിപ്ലവ പരിതഃസ്ഥിതിയെക്കുറിച്ച് വിഭാവനം ചെയ്യുന്നതിലേക്ക് നമ്മെ കൊണ്ടെത്തിക്കുന്നില്ല. പോർത്തുഗലിനെതിരായ വിമോചനസമരം വിജയകരമായി പരിണമിച്ചേക്കാം. എന്നാൽ, സാമ്രാജ്യത്വ പട്ടികയിൽ പോർത്തുഗൽ ഒന്നുമല്ല. സാമ്രാജ്യത്വ സംവിധാനത്തെ ആകെ തടഞ്ഞുനിർത്താൻ കെൽപ്പുള്ളവയാണ് വിപ്ലവ പ്രാധാന്യമുള്ള സമരങ്ങൾ. എന്നാൽ, ആ കാരണം കൊണ്ടുമാത്രം, മൂന്ന് പോർത്തുഗീസ് കോളനികളുടെ വിമോചനത്തിനും അവയുടെ വിപ്ലവം അഗാധമാക്കുന്നതിനും വേണ്ടിയുള്ള സമരം നാം നിർത്തിവെക്കുകയില്ല.

ദക്ഷിണാഫ്രിക്കയിലെയും റൊഡേഷ്യയിലെയും കറുത്തവരായ ബഹുജനങ്ങൾ തങ്ങളുടെ യഥാർഥ വിപ്ലവസമരം ആരംഭിക്കുമ്പോൾ, ഒരു രാജ്യത്തിലെ പാപ്പരാക്കപ്പെട്ട ജനങ്ങൾ മാന്യമായ ജീവിതം നയിക്കാനുള്ള തങ്ങളുടെ അവകാശം നേടിയെടുക്കുന്നതിനുവേണ്ടി ഭരണവരേണ്യവർഗത്തോടെ പോരാടാൻ തയ്യാറാകുമ്പോൾ, അപ്പോൾ ആഫ്രിക്കയിൽ ഒരു പുതിയ കാലഘട്ടം ഉദയം ചെയ്യും. ഇതുവരെ ഉണ്ടായതൊക്കെ "പട്ടാള ബാരക്ക്" അട്ടിമറികളുടെ പരമ്പരയാണ്. അവയിലൊക്കെ ഓഫീസർമാരുടെ ഒരു ഗ്രൂപ്പിനെ മറ്റൊരു ഗ്രൂപ്പ് പുറത്താക്കുകയാണ് ചെയ്യുന്നത്; അല്ലെങ്കിൽ തങ്ങളുടെ ജാതിപരമായ താൽപ്പര്യങ്ങളെ സേവിക്കാൻ തയ്യാറില്ലാത്ത ഒരു ഭരണാധികാരിയെ അഥവാ അണിയറയിൽ ഇരുന്നുകൊണ്ട് ഭരണാധികാരത്തെ നിയന്ത്രിക്കുന്ന ശക്തികളെ പുറത്താക്കുന്നു. എന്നാൽ, അതൊന്നും ജനകീയ മുന്നേറ്റങ്ങളായിരുന്നില്ല. കോംഗോയിൽ ലുമുംബയുടെ സ്മരണയിൽനിന്ന് ആവേശമുൾക്കൊണ്ട്, ഈ സ്വഭാവ സവിശേഷതകളോടുകൂടിയ മുന്നേറ്റം ക്ഷണികമായി കാണപ്പെട്ടു. എന്നാൽ, ഈ അടുത്ത മാസങ്ങളിലായി അതിനും ശക്തി നഷ്ടപ്പെട്ടുകൊണ്ടിരിക്കുകയാണ്.

നാം മുമ്പ് കണ്ടപോലെ, ഏഷ്യയിലെ സ്ഥിതി സ്ഫോടനാത്മകമാണ്. ഇന്ന് സമരം നടന്നുകൊണ്ടിരിക്കുന്ന വിയത്നാമും ലാവോസും മാത്രമല്ല, സംഘർഷ മേഖലകൾ. കംബോഡിയയ്ക്കും അത് ബാധകമാണ്. അവിടെ ഏതു നിമിഷവും അമേരിക്ക പ്രത്യക്ഷാക്രമണം നടത്തിയേക്കാം.[12] തായ്ലണ്ടും മലേഷ്യയും അതോടൊപ്പം ചേർക്കണം. ഇന്തോനേഷ്യയെയും വേണം. ഇന്തോനേഷ്യയിൽ പിന്തിരിപ്പന്മാർ ഭരണം ഏറ്റെടുത്തതിനുശേഷം ആ രാജ്യത്തിലെ കമ്യൂണിസ്റ്റുകാരെ കൂട്ടക്കൊല ചെയ്തുവെങ്കിലും അവിടെ അവസാന വാക്കായെന്നു പറയാറായിട്ടില്ല.[13] പിന്നെ മധ്യപൂർവേഷ്യയുമുണ്ട്.

ലാറ്റിൻ അമേരിക്കയിൽ ഗ്വാട്ടിമാലയിലും കൊളംബിയയിലും വെനിസ്വലയിലും ബൊളീവിയയിലും ആയുധമെടുത്തുകൊണ്ടുള്ള സമരം നടന്നുകൊണ്ടിരിക്കുകയാണ്. ബ്രസീലിലാകട്ടെ, ആദ്യത്തെ പൊട്ടിത്തെറികൾ ആരംഭിച്ചുകഴിഞ്ഞു. മറ്റു ചെറുത്തുനിൽപ്പുകേന്ദ്ര ങ്ങളും പ്രത്യക്ഷപ്പെട്ടുവെങ്കിലും അവയെല്ലാം തല്ലിത്തകർക്കപ്പെട്ടു. എന്നാൽ, ഈ ഭൂഖണ്ഡത്തിലെ ഏതാണ്ടെല്ലാ രാജ്യങ്ങളും വിജയ പ്രദമായ ഒരു സമരത്തിന് പക്വമായിക്കഴിഞ്ഞു. സോഷ്യലിസ്റ്റ് സ്വ ഭാവത്തോടുകൂടിയ ഒരു ഗവൺമെന്റ് സ്ഥാപിക്കുന്നതിൽ കുറഞ്ഞ ഒന്നുകൊണ്ടും അവർ തൃപ്തരാകാൻ പോകുന്നില്ല. ഈ ഭൂഖണ്ഡ ത്തിൽ ഫലത്തിൽ ഒരു ഭാഷ മാത്രമേ സംസാരിക്കുന്നുള്ളൂ—ബ്ര സീലിൽ ഒഴിച്ച്. ബ്രസീലിലെ ജനങ്ങളുമായി ആശയവിനിമയം നട ത്താൻ സ്പാനിഷ് ഭാഷ സംസാരിക്കുന്നവർക്ക് കഴിയും. ഈ രണ്ട് ഭാഷകളും തമ്മിലുള്ള സാമ്യമാണതിനു കാരണം. ഈ രാജ്യങ്ങളി ലെ വർഗങ്ങൾ തമ്മിലും ഇങ്ങനെയൊരു സാമ്യം കാണാം. അവർ ക്ക് "അന്താരാഷ്ട്ര അമേരിക്കൻ രീതി"യിലുള്ള ഒരു സ്വത്വം ഉണ്ടെന്നു പറയാം. മറ്റു ഭൂഖണ്ഡങ്ങളിലുള്ളതിനെക്കാൾ കൂടുതലാ ണത്. ഭാഷയും ആചാരങ്ങളും മതവും പൊതുവായ ഒരു യജമാ നനും അവരെ ഒന്നിപ്പിക്കുന്നു. നമ്മുടെ അമേരിക്കയിലെ നിരവധി രാജ്യങ്ങളുടെ കാര്യത്തിൽ, ചൂഷണത്തിന്റെ രൂപങ്ങളും അവയുടെ അളവും, അവയുടെ ഫലംവച്ചുനോക്കുമ്പോൾ, ചൂഷകർക്കും ചൂഷി തർക്കും ഏതാണ്ട് ഒരുപോലെയാണ്. ആ ഭൂഖണ്ഡത്തിൽ ദ്രുതഗതി യിൽ കലാപം പരിപക്വമായിക്കൊണ്ടിരിക്കുകയാണ്.

നാം ചോദിച്ചേക്കാം: ഈ കലാപം എങ്ങനെയാണ് ഫലവത്താ കുന്നത്? അതെന്തുതരം കലാപമായിരിക്കും? ലാറ്റിൻ അമേരിക്കയിലെ സമരങ്ങളുടെ സമാനസ്വഭാവ സവിശേഷതകൾ കണക്കിലെടു ത്താൽ, അവ യഥാസമയം ഭൂഖണ്ഡത്തിന്റെ മാനം കൈവരിക്കും എന്ന് ഞങ്ങൾ അഭിപ്രായപ്പെടുകയുണ്ടായി. മാനവരാശിയുടെ വി മോചനത്തിനുവേണ്ടി അവർ നടത്തുന്ന നിരവധി മഹത്തായ സമര ങ്ങളുടെ രംഗവേദിയായിരിക്കും അത്.

ഭൂഖണ്ഡത്തിന്റെ മാനമുള്ള ഈ സമരങ്ങളുടെ ചട്ടക്കൂടിൽനി ന്നുകൊണ്ട് നോക്കുമ്പോൾ, ഇന്നിപ്പോൾ സജീവമായി നടത്തപ്പെട്ടു കൊണ്ടിരിക്കുന്നവ, നാടകത്തിലെ ചെറുരംഗങ്ങൾ മാത്രമാണെന്ന് കാണാം. എന്നാൽ, അവ രക്തസാക്ഷികൾക്ക് ജന്മം നൽകിയിരിക്കു ന്നു. അമേരിക്കക്കാരുടെ ചരിത്രത്തിൽ ഇടംപിടിക്കുന്ന അവർ, മാന വരാശിയുടെ സമ്പൂർണ സ്വാതന്ത്ര്യത്തിനുവേണ്ടിയുള്ള സമരത്തി ന്റെ അവസാനഘട്ടത്തിന്, തങ്ങളെക്കൊണ്ട് ആവുന്നവിധം രക്തം ദാനം ചെയ്തിരിക്കുന്നു. കമാൻഡർ ടൂർഷ്യോസ് ലിമ, കാമിലോ ടോ റസ് എന്ന പുരോഹിതൻ, കമാൻഡർ ഫാബ്രിഷിയോ ഒജേഡ,

കമാൻഡർ ലൊബാടൺ, കമാൻഡർ ലൂയിസ് ഡെ ലാ പ്യൂണ്ടെ ഉസെദ തുടങ്ങിയ പേരുകൾ ഗ്വാട്ടിമാല, കൊളംബിയ, വെനിസ്വല എന്നീ രാജ്യങ്ങളിലെ വിപ്ലവപ്രസ്ഥാനങ്ങളിലെ കേന്ദ്ര വ്യക്തികളുടേതാണ്.

എന്നാൽ, ജനങ്ങൾ സജീവമായി സമരത്തിൽ അണിനിരക്കുമ്പോൾ പുതിയ നേതാക്കൾ ഉയർന്നുവരുന്നു—ഗ്വാട്ടിമാലയിൽ സെസാർ മോൺടെസ്, യോൺ സോസ എന്നിവർ കൊടിക്കൂറകൾ ഉയർത്തിപ്പിടിക്കുന്നു; കൊളംബിയയിൽ ഫാബിയോ വാസ്ക്വെസ്, മാറുലാൻഡ എന്നിവർ ചെയ്യുന്നതും അതുതന്നെ; രാജ്യത്തിന്റെ പടിഞ്ഞാറൻ പ്രദേശങ്ങളിൽ ഡഗ്ലസ് ബ്രാവോ, വെനിസ്വലയിൽ അമേരിക്കോ മാർട്ടിൻ, എൽ ബാച്ചില്ലർ എന്നിവർ തങ്ങളുടെ പ്രദേശങ്ങളിലെ മുന്നണികൾക്ക് നേതൃത്വം നൽകുന്നു.

ബൊളീവിയയിൽ ഇതിനകംതന്നെ സംഭവിച്ചിട്ടുള്ളതുപോലെ ഈ രാജ്യങ്ങളിലും മറ്റു ലാറ്റിൻ അമേരിക്കൻ രാജ്യങ്ങളിലും പുതിയ യുദ്ധങ്ങൾ പൊട്ടിപ്പുറപ്പെടും. അവ ശക്തിപ്പെട്ടുകൊണ്ടേയിരിക്കും. ആധുനിക വിപ്ലവകാരിയുടെ അപകടകരമായ ഈ ജോലിയിൽ അടങ്ങിയ എല്ലാ ഭാഗ്യ വിപര്യയങ്ങളോടുംകൂടിത്തന്നെയായിരിക്കും അത്. പലരും തങ്ങളുടെ സ്വന്തം തെറ്റുകളുടെ ഇരകളായി മരിക്കും; വരാനിരിക്കുന്ന ദുർഘടംപിടിച്ച യുദ്ധങ്ങളിൽ മറ്റുള്ളവർ നിലംപതിക്കും; വിപ്ലവസമരത്തിന്റെ തീച്ചൂളയിൽനിന്ന് പുതിയ നേതാക്കന്മാരും പുതിയ യോദ്ധാക്കളും ഉയർന്നുവരും; യുദ്ധത്തിന്റെ സവിശേഷ ഘട്ടങ്ങളിൽ ജനങ്ങൾ തങ്ങളുടെ യോദ്ധാക്കളെയും നേതാക്കന്മാരെയും ഉയർത്തിക്കൊണ്ടുവരും.

മർദകരായ യാങ്കി ഏജന്റന്മാരുടെ എണ്ണം വർധിച്ചുകൊണ്ടിരിക്കും. ഇന്നിപ്പോൾ സായുധസമരം നടന്നുകൊണ്ടിരിക്കുന്ന എല്ലാ രാജ്യങ്ങളിലും അവരുടെ ഉപദേശകരുണ്ട്. യാങ്കികളുടെ ഉപദേശവും പരിശീലനവും ലഭിച്ച പെറുവിലെ സൈന്യം ആ രാജ്യത്തിലെ വിപ്ലവകാരികളുടെ നേർക്ക് വിജയകരമായ ഒരു ആക്രമണം നടത്തുകയുണ്ടായി. എന്നാൽ, ഗറില്ലാകേന്ദ്രങ്ങൾക്ക് വേണ്ടത്ര രാഷ്ട്രീയ വൈദഗ്ധ്യവും സൈനിക വൈദഗ്ധ്യവും നൽകി നയിച്ചാൽ പ്രായോഗികമായി അവർ അജയ്യമായ ശക്തിയായിത്തീരും. അപ്പോൾ യാങ്കികളുടെ ശക്തി കൂടുതൽ കൂടുതൽ വർധിപ്പിക്കേണ്ടതായി വരും. പെറുവിൽതന്നെ, വേണ്ടത്ര അറിയപ്പെടാത്ത പുതിയ പുതിയ ആളുകൾ, നിശ്ചയദാർഢ്യത്തോടും ദൃഢതയോടുംകൂടി ഗറില്ലാ സമരങ്ങളെ പുനഃസംഘടിപ്പിച്ചുകൊണ്ടിരിക്കുകയാണ്.

ചെറിയ സായുധ സംഘങ്ങളെ അടിച്ചമർത്താൻ പര്യാപ്തമായിരുന്ന പഴയ, കാലംചെന്ന ആയുധങ്ങൾ, പതുക്കെപ്പതുക്കെ ആധുനിക ആയുധങ്ങളായി മാറി; ഉപദേശകരുടെ ചെറിയ സംഘം അമേരിക്കൻ യോദ്ധാക്കളുടെ വലിയ സംഘമായി മാറി. ഗറില്ലാ സമരങ്ങ

ളുടെ മുന്നിൽ ദേശീയ പാവസർക്കാരിന്റെ സൈന്യവും ഛിന്നഭിന്ന മായപ്പോൾ, ആ ഭരണത്തിന് ആപേക്ഷിക സ്ഥിരത കൈവരിക്കുന്ന തിനായി അമേരിക്ക, ശരിക്കും സൈന്യത്തെത്തന്നെ കൂടുതൽ കൂ ടുതൽ അയച്ചകൊടുക്കാൻ നിർബന്ധിതമായിത്തീരുന്നു.

വിയത്നാമിന്റെ മാർഗമതാണ്. ജനങ്ങൾ അവലംബിക്കേണ്ട പാതയാണത്. ലാറ്റിൻ അമേരിക്ക ആ മാർഗമാണ് പിന്തുടരുക. എന്നാൽ, അതിൽ ഒരു പ്രത്യേകതയുണ്ടായിരിക്കും. യാങ്കി സാമ്രാ ജ്യത്വത്തിന്റെ അടിച്ചമർത്തൽ ജോലി കൂടുതൽ ക്ലേശകരമാക്കിത്തീർ ക്കുന്നതിനും തങ്ങളുടെ ലക്ഷ്യം കൂടുതൽ സുഗമമാക്കിത്തീർക്കു ന്നതിനുമായി സായുധ ഗറില്ലാ ഗ്രൂപ്പുകൾ സംയോജനസമിതികളെ പ്പോലുള്ള സംവിധാനങ്ങൾ സ്ഥാപിക്കുന്നതായിരിക്കും.

വിമോചനത്തിനുവേണ്ടിയുള്ള ഈയിടത്തെ രാഷ്ട്രീയ സമര ങ്ങളിൽ വിസ്മരിക്കപ്പെട്ടുപോയ ഒരു ഭൂഖണ്ഡമാണ് ലാറ്റിൻ അമേ രിക്ക. എന്നാൽ, ലാറ്റിൻ അമേരിക്കൻ ജനതകളുടെ മുന്നണിപ്പടയാ ളിയുടെ ശബ്ദത്തിലൂടെ ക്യൂബൻ വിപ്ലവത്തിലൂടെ, അതിനെപ്പറ്റി ട്രൈകോൺടിനെന്റലിൽ ഞങ്ങൾ കേൾപ്പിച്ചുതുടങ്ങിയിരിക്കുന്നു. ലാ റ്റിൻ അമേരിക്കയ്ക്ക് കൂടുതൽ പ്രധാനപ്പെട്ട ഒരു കടമയുണ്ടായിരി ക്കും: ലോകത്തിലെ രണ്ടാമത്തെയോ മൂന്നാമത്തെയോ വിയത്നാം സൃഷ്ടിക്കുക എന്നതാണത്; അഥവാ ലോകത്തിലെ രണ്ടാമത്തെ യും മൂന്നാമത്തെയും വിയത്നാം സൃഷ്ടിക്കുക എന്നതാണത്.

സാമ്രാജ്യത്വമെന്നത് ഒരു ആഗോളവ്യവസ്ഥയാണ്, മുതലാളി ത്തത്തിന്റെ അവസാനത്തെ ഘട്ടമാണ്, വളരെ വലിയ ലോകവ്യാപ കമായ ഒരു സംഘട്ടനത്തിലൂടെത്തന്നെ വേണം അതിനെ പരാജയ പ്പെടുത്താൻ എന്ന കാര്യം നാം വ്യക്തമായി ഓർത്തിരിക്കണം. ആ സമരത്തിന്റെ തന്ത്രപരമായ ലക്ഷ്യം സാമ്രാജ്യത്വത്തെ തകർക്കുക എന്നതായിരിക്കണം.

സാമ്രാജ്യത്വത്തെ താങ്ങിനിർത്തുന്ന അടിത്തറ ഇല്ലാതാക്കുക എന്നതാണ് ലോകത്തിലെ ചൂഷിതരും പിന്നോക്കം കിടക്കുന്നവരു മായ നമ്മുടെ ഉത്തരവാദിത്വം. അടിച്ചമർത്തപ്പെടുന്ന നമ്മുടെ രാജ്യങ്ങ ളിൽനിന്ന് മൂലധനവും അസംസ്കൃതവസ്തുക്കളും കുറഞ്ഞ കൂലിക്ക് തൊഴിലാളികളും (തൊഴിലാളികളും സാങ്കേതികവിദഗ്ധന്മാരും) എല്ലാം കവർന്നെടുക്കപ്പെടുന്നു; നമ്മുടെ രാജ്യങ്ങളിലേക്ക് പുതിയ മൂലധനവും (പണിയായുധങ്ങളും മേധാവിത്വവും) ആയുധങ്ങളും എല്ലാത്തരം ചരക്കുകളും ഇറക്കുമതി ചെയ്ത് നമ്മെ തികഞ്ഞ ആശ്രി തത്വത്തിൽ ചവിട്ടിത്താഴ്ത്തുന്നു. അപ്പോൾ, തന്ത്രപരമായ ഈ ലക്ഷ്യ ത്തിന്റെ മൗലിക ഘടകം, ജനങ്ങളുടെ യഥാർഥ വിമോചനമായി രിക്കും; മിക്ക രാജ്യങ്ങളിലും ആ വിമോചനം സാധ്യമാകുന്നത് സാ യുധസമരത്തിന്റെ ഫലമായിട്ടായിരിക്കും; ലാറ്റിൻ അമേരിക്കയിലാ

കട്ടെ, മിക്കവാറും നിസംശയമായും അതൊരു സോഷ്യലിസ്റ്റ് വിപ്ല വംതന്നെയായി മാറുകയും ചെയ്യും.

സാമ്രാജ്യത്വത്തെ തകർക്കുന്ന കാര്യത്തിലേക്ക് ശ്രദ്ധ കേന്ദ്രീ കരിക്കുമ്പോൾ, അതിന്റെ തല ഏതാണെന്ന് കണ്ടെത്തേണ്ടത് ആവ ശ്യമാണ്. വടക്കേ അമേരിക്കയിലെ യുണൈറ്റഡ് സ്റ്റേറ്റ്സ് അല്ലാതെ മറ്റൊന്നുമല്ല അത്. പൊതുസ്വഭാവത്തോടുകൂടിയ ഒരു കടമ നാം നിർവഹിക്കേണ്ടതുണ്ട്. അതായത്, ശത്രുവിനെ അതിന്റെ സ്വന്തം ചുറ്റുപാടുകളിൽനിന്ന് പുറത്തേക്ക് മാറ്റിക്കൊണ്ടുവരിക എന്ന അട വുപരമായ ലക്ഷ്യമാണത്. ശത്രുവിന്റെ ജൈവസ്വഭാവങ്ങൾക്ക് വി രുദ്ധമായ പരിതഃസ്ഥിതികളിൽ വന്നുനിന്ന് യുദ്ധം ചെയ്യാൻ അവരെ നിർബന്ധിതരാക്കിത്തീർക്കുക. ശത്രുവിന്റെ ശക്തി നാം ഒട്ടും കുറ ച്ചുകാണരുത്. അമേരിക്കൻ പടയാളികൾക്ക് സാങ്കേതികമായ കഴി വ് വേണ്ടുവോളമുണ്ട്. അവരെ അജയ്യശക്തിയാക്കത്തക്കവിധത്തിൽ അത്ര വമ്പിച്ച സാങ്കേതികവിദ്യയാണ് അവർക്ക് സഹായത്തിനുള്ള ത്. അവർക്ക് അനിവാര്യമായും ഇല്ലാത്തത് പ്രത്യയശാസ്ത്രപരമായ പ്രോത്സാഹനമാണ്. അവരുടെ ഇന്നത്തെ ഏറ്റവും വെറുക്കപ്പെട്ട പ്രതിയോഗികളായ വിയത്നാം പോരാളികൾക്കാകട്ടെ, അത് ഏറ്റ വും ഉയർന്ന അളവിൽ ഉണ്ടുതാനും. അമേരിക്കൻ സൈന്യത്തിന്റെ മനോവീര്യം തകർക്കുന്ന കാര്യത്തിൽ നാം വിജയിക്കുകയാണെങ്കി ലേ, ഈ ശത്രുവിന്റെമേൽ നമുക്ക് വിജയം കൈവരിക്കാൻ കഴിയൂ. ശത്രുവിനെ ഇടയ്ക്കിടെ പരാജയം ഏൽപ്പിച്ചുകൊണ്ടും അവർക്ക് തുടരെത്തുടരെ ദുരിതങ്ങൾ വരുത്തിവച്ചുകൊണ്ടും അത് കൈവരി ക്കാം.

പക്ഷെ, വിജയത്തിനുവേണ്ടിയുള്ള ഹ്രസ്വമായ ഈ വിവരണ ത്തിൽ, ജനങ്ങൾ നടത്തേണ്ട അളവറ്റ ത്യാഗങ്ങളും ഉൾപ്പെടും. ഇപ്പോൾത്തന്നെ ആരംഭിക്കേണ്ട ത്യാഗങ്ങളാണവ. നമുക്കുവേണ്ടി മറ്റുള്ളവർ ചെയ്യട്ടെ എന്നു കരുതി യുദ്ധത്തിൽനിന്ന് തുടർച്ചയായി ഒഴിഞ്ഞുനിൽക്കുകയാണെങ്കിൽ പിന്നീട് നാം സഹിക്കേണ്ടിവരുന്ന ത്യാഗങ്ങളെ അപേക്ഷിച്ച്, ഇപ്പോൾ സഹിക്കേണ്ടിവരുന്ന ത്യാഗങ്ങൾ വളരെ ആയാസംകുറഞ്ഞതായിരിക്കും.

ഏറ്റവും ഒടുവിൽ സ്വതന്ത്രയാകുന്ന രാജ്യം മിക്കവാറും സായു ധസമരം കൂടാതെ അങ്ങനെ ചെയ്യുന്നതിനുള്ള സാധ്യത വളരെ കൂടു തലാണ് എന്നു വ്യക്തമാണ്. ആ രാജ്യത്തിലെ ജനങ്ങൾ, സാമ്രാജ്യത്വ യുദ്ധങ്ങളെപ്പോലെ ക്രൂരവും സുദീർഘവുമായ ഒരു യുദ്ധത്തിന്റെ യാതനകളിൽനിന്ന് ഒഴിവാക്കപ്പെടുകയും ചെയ്യും. എന്നാൽ, ആഗോള സ്വഭാവത്തോടുകൂടിയ സംഘട്ടനമുണ്ടാകുമ്പോൾ, ഈ സമരത്തിൽ നിന്നോ അതിന്റെ ഭവിഷ്യത്തുക്കളിൽനിന്നോ ആ രാജ്യത്തിന് ഒഴിഞ്ഞു നിൽക്കാൻ സാധിക്കുകയില്ല. ആ രാജ്യത്തിന് അപ്പോൾ മേൽപ്പറഞ്ഞ

ത്രയും ദുരിതം, അഥവാ അതിലും കൂടുതൽ, സഹിക്കേണ്ടിവന്നുവെന്നും വരാം. നമുക്ക് ഭാവി പ്രവചിക്കുവാൻ കഴിയുകയില്ല. എന്നാൽ, സ്വാതന്ത്ര്യത്തിനുവേണ്ടി ഉൽക്കടമായി ആഗ്രഹിക്കുകയും അതേ അവസരത്തിൽ, അതിന്റെ ഭാഗമായ സമരത്തെ തള്ളിപ്പറയുകയും വിജയത്തിന്റെ ഉച്ഛിഷ്ടംപോലെ അതുവരുമെന്ന് പ്രതീക്ഷിച്ച് കാത്തിരിക്കുകയും ചെയ്യുന്ന ആളുകളുടെ പതാകാവാഹകരാകുന്നതിനുള്ള പ്രലോഭനത്തിന് ഭീരുക്കളെപ്പോലെ നാം വഴങ്ങിക്കൊടുക്കരുത്.

ആവശ്യമില്ലാത്ത ത്യാഗങ്ങൾ ഒഴിവാക്കണം എന്നത് തികച്ചും ശരിയാണ്. ആശ്രിത ലാറ്റിൻ അമേരിക്കൻ രാജ്യങ്ങൾ സമാധാനപരമായ മാർഗത്തിലൂടെ സ്വയം സ്വതന്ത്രമാകുന്നതിനുള്ള യഥാർഥ സാധ്യതകളെപ്പറ്റി വ്യക്തമായി ധരിക്കേണ്ടത് വളരെ പ്രധാനമാണെന്ന് പറയുന്നത് അതുകൊണ്ടാണ്. ഈ ചോദ്യത്തിനുള്ള ഉത്തരം, നമ്മെ സംബന്ധിച്ചിടത്തോളം വളരെ വ്യക്തമാണ്: സമരം ആരംഭിക്കാനുള്ള ശരിയായ മുഹൂർത്തം ഇതായിരിക്കാം, അല്ലായിരിക്കാം. എന്നാൽ യുദ്ധമില്ലാതെ സ്വാതന്ത്ര്യം നേടാമെന്ന വ്യാമോഹം ഒട്ടും വേണ്ട; അങ്ങനെ വിശ്വസിക്കാനുള്ള അവകാശവുമില്ല.

എന്നുതന്നെയല്ല, യുദ്ധങ്ങൾ എന്നു പറഞ്ഞാൽ, കണ്ണീർവാതകത്തിനെതിരായി കല്ലും കട്ടയും ഉപയോഗിച്ചുകൊണ്ടുള്ള വെറും തെരുവുയുദ്ധങ്ങൾ മാത്രമായിരിക്കുകയില്ല; അഥവാ സമാധാനപരമായ പൊതു പണിമുടക്കുകൾ മാത്രമായിരിക്കുകയില്ല. രോഷാകുലരായ ആളുകൾ, ഭരണവർഗ പ്രഭുക്കളുടെ മർദക സംവിധാനങ്ങൾ രണ്ടോ മൂന്നോ ദിവസംകൊണ്ട് തല്ലിത്തകർക്കുന്ന സമരവുമായിരിക്കുകയില്ല അത്. സുദീർഘമായ രക്തരൂഷിതമായ സമരമായിരിക്കും—ആ സമരത്തിൽ നഗരങ്ങളിലെ ഗറില്ലാ കേന്ദ്രങ്ങളായിരിക്കും യുദ്ധമുന്നണികൾ; സമരയോദ്ധാക്കളുടെ വീടുകളായിരിക്കും യുദ്ധമുന്നണികൾ (അവിടെ മർദനം തുടരും; അവരുടെ കുടുംബാംഗങ്ങളെ മർദനത്തിന് എളുപ്പത്തിൽ ഇരകളാക്കാമല്ലോ); കൂട്ടക്കൊല ചെയ്യപ്പെട്ടകർഷക ജനസാമാന്യത്തിനിടയിലായിരിക്കും യുദ്ധമുന്നണി; ശത്രുക്കൾ ബോംബിട്ടു നശിപ്പിച്ച നഗരങ്ങളിലും പട്ടണങ്ങളിലും ആയിരിക്കും യുദ്ധമുന്നണികൾ. ആ യുദ്ധത്തിലേക്ക് നീങ്ങാൻ നമ്മൾ നിർബന്ധിതരായിത്തീരുകയാണ്. അതിനുവേണ്ടി തയ്യാറെടുക്കുകയും അതേറ്റെടുക്കാൻ തീരുമാനിക്കുകയും അല്ലാതെ മറ്റൊന്നും നമുക്ക് ചെയ്യാനില്ല; അത് ഒഴിവാക്കാൻ കഴിയുകയില്ല.

ആരംഭം അത്ര എളുപ്പമായിരിക്കുകയില്ല; അത് ഏറ്റവും വിഷമകരം തന്നെയായിരിക്കും. ഭരണവർഗ പ്രഭുക്കളുടെ എല്ലാ മർദനസംവിധാനങ്ങളും കഴിവുകളും കള്ളപ്രചാരണത്തിനുള്ള അവരുടെ കഴിവുകളും പൈശാചികതയും എല്ലാം അവരുടെ ലക്ഷ്യത്തിനുവേണ്ടി ഉപയോഗിക്കും.

തുടക്കത്തിൽ, അതിജീവിക്കുക എന്നതാണ് നമ്മുടെ ലക്ഷ്യം; പിന്നെ പ്രവർത്തിക്കുക—സായുധ പ്രചാരണം നടത്തുന്ന (ആ പ്രയോഗത്തിന് വിയത്നാം ഭാഷയിലുള്ള അർഥത്തിൽതന്നെ) ഗറില്ലയുടെ മാതൃകയിൽ പ്രവർത്തിക്കുക. അതായത്, ജയിച്ചാലും തോറ്റാലും ശത്രുവിനെതിരായി നടത്തപ്പെടുന്ന ബുള്ളറ്റുകൊണ്ടും യുദ്ധം കൊണ്ടുമുള്ള പ്രചാരണം സ്ഥിരമായും നടത്തുക.

പാപ്പരാക്കപ്പെട്ട ജനസാമാന്യത്തിനിടയിൽ, ദേശീയ വികാരത്തിന്റെ വിജ്രംഭണത്തിൽ, കൂടുതൽ വിഷമകരമായ കടമകൾ നിറവേറ്റുന്നതിനുള്ള തയ്യാറെടുപ്പിൽ കൂടുതൽ പൈശാചികമായ മർദനത്തിനെതിരെയുള്ള ചെറുത്തുനിൽപ്പിൽ എല്ലാംതന്നെ ഗറില്ലകളുടെ അജയ്യതയുടെ മഹത്തായ പാഠങ്ങൾ വളരെ വലിയ സ്വാധീനം ചെലുത്തുന്നതായി കാണാം. യുദ്ധത്തിൽ വെറുപ്പ് ഒരു ഘടകമാണ്—ശത്രുവിന്റെ നേർക്കുള്ള വിട്ടുവീഴ്ചയില്ലാത്ത വെറുപ്പ്. അത് ഒരാളെ, മനുഷ്യത്വത്തിന്റെ സ്വാഭാവിക പരിധികൾക്കൊക്കെ അപ്പുറത്ത് കൊണ്ടെത്തിക്കുന്നു; ഫലപ്രദവും അക്രമാസക്തവും ഇരയെ പ്രത്യേകം തെരഞ്ഞെടുക്കുന്നതും ക്രൂരവും ആയ കൊലയാളിയന്ത്രമാക്കി മാറ്റുന്നു. നമ്മുടെ പോരാളികൾ അതുപോലെയായിരിക്കണം. വെറുപ്പില്ലാത്ത ഒരു ജനതയ്ക്ക് കിരാതനായ ശത്രുവിനുമേൽ വിജയം നേടാനാവില്ല.

നമ്മുടെ ശത്രുക്കൾ യുദ്ധം നടത്തുന്നിടത്തോളംകാലം നമ്മളും യുദ്ധം നടത്തേണ്ടതുണ്ട്—ശത്രുവിന്റെ വീടുകളിലേക്കും വിശ്രമവിനോദകേന്ദ്രങ്ങളിലേക്കും എല്ലാ നാം യുദ്ധം എത്തിക്കണം; അങ്ങനെ അതിനെ സമ്പൂർണ യുദ്ധമാക്കണം. ഒരു നിമിഷനേരത്തെ സമാധാനം പോലും അനുഭവിക്കാൻ നാം ശത്രുവിനെ അനുവദിക്കരുത്; പട്ടാള ബാരക്കുകൾക്കുപുറത്ത്, എന്തിന് പട്ടാള ബാരക്കിനുള്ളിൽപ്പോലും, ഒരു നിമിഷനേരത്തെ സമാധാനംപോലും കൊടുക്കരുത്. ശത്രു എവിടെയായിരുന്നാലും അവിടെച്ചെന്ന് ആക്രമിക്കുക; തങ്ങളെവിടെച്ചെന്നാലും വേട്ടയാടപ്പെടുന്ന മൃഗമാണെന്ന തോന്നൽ അവർക്കുണ്ടാക്കണം. അങ്ങനെ വരുമ്പോൾ അവരുടെ മനോവീര്യം തകർന്നുതുടങ്ങും. അവർ കൂടുതൽ മൃഗീയത കാണിക്കും; എന്നാൽ, ആസന്നമായ തകർച്ചയുടെ സൂചനകൾ അതിൽ ദൃശ്യമാകും.

സാർവദേശീയ തൊഴിലാളിവർഗ സേനകളോടുകൂടിയ[14] യഥാർഥ തൊഴിലാളിവർഗ സാർവദേശീയത നമുക്ക് വളർത്തിയെടുക്കാം. നാം ഏതു കൊടിക്കുകീഴിൽനിന്നാണോ യുദ്ധം ചെയ്യുന്നത്, ആ കൊടി മാനവരാശിയുടെ വിമോചനത്തിന്റെ മഹത്തായ ലക്ഷ്യമാകട്ടെ. അങ്ങനെയായാൽ, വിയത്നാം, വെനിസ്വല, ഗ്വാട്ടിമാല, ലാവോസ്, ഗിനിയ, കൊളംബിയ, ബൊളീവിയ, ബ്രസീൽ എന്നീ രാജ്യങ്ങളുടെ (സായുധ സമരങ്ങളുടെ ഇന്നത്തെ രംഗവേദികളെ മാത്രമേ ഇവിടെ സൂചിപ്പി

ച്ചുള്ളൂ) കൊടികൾക്കുകീഴിൽ നിന്ന് യുദ്ധംചെയ്തു മരിച്ചുവീണത്, ലാറ്റിൻ അമേരിക്കയ്ക്കും ഏഷ്യക്കും ആഫ്രിക്കയ്ക്കും യൂറോപ്പിനു പോലും വേണ്ടി മരിക്കുന്നതുപോലെ മഹത്തരമാണ്; അഭികാമ്യ മാണ്.

ഒരു രാജ്യത്ത് തെറിച്ചുവീഴുന്ന ഓരോ തുള്ളിച്ചോരയും ആ രാജ്യ ത്തല്ലാതെ ജനിച്ച ഒരാൾക്ക് വിലയേറിയ അനുഭവപാഠമാണ്. അത് പിൽക്കാലത്ത് സ്വന്തം രാജ്യത്തിന്റെ വിമോചനത്തിനുള്ള സമരത്തിൽ ഉപയോഗിക്കാൻവേണ്ടി ആർജിച്ച അനുഭവപാഠം ഒരു ജനത സ്വയം മോചനം നേടുമ്പോൾ അത് സ്വന്തം രാജ്യത്തിന്റെ മോചനത്തിനു വേണ്ടിയുള്ള പോരാട്ടത്തിന് ഒരു കാൽവയ്പായിത്തീരുന്നു.

തർക്കങ്ങളെല്ലാം ഒതുക്കിവച്ച് നമ്മുടേതെല്ലാം യുദ്ധത്തിനു വേണ്ടി ഉഴിഞ്ഞുവെക്കേണ്ട സമയമായിരിക്കുന്നു. സ്വാതന്ത്ര്യത്തിനു വേണ്ടി സമരം ചെയ്തുകൊണ്ടിരിക്കുന്ന ലോകത്തെ വളരെ വലിയ തർക്കങ്ങൾ ശല്യം ചെയ്യുന്നുണ്ടെന്ന് നമുക്കെല്ലാം അറിയാം. അത് ഒ ളിപ്പിച്ചുവയ്ക്കാനുമാവില്ല. ചർച്ചകളും അനുരഞ്ജനങ്ങളും തീർത്തും വിഷമകരമാണെന്ന തോന്നൽ (അസാധ്യമല്ലെങ്കിൽത്തന്നെ) ഉണ്ടാ ക്കത്തക്കവിധത്തിൽ ഈ തർക്കങ്ങൾ മൂർച്ഛിച്ചിരിക്കുന്നു എന്നും നമു ക്കറിയാം. തർക്കത്തിലുള്ളവർതന്നെ കയ്യൊഴിഞ്ഞ ചർച്ചയ്ക്ക് തു ടക്കം കുറിക്കുന്നതിനുള്ള ശ്രമം നടത്തുന്നത്, അതിനാൽ പ്രയോജ നശൂന്യമായിരിക്കും.

എന്നാൽ, ശത്രു അവിടെത്തന്നെയുണ്ട്. ഓരോ ദിവസവും അത് ആക്രമണം നടത്തുന്നു; പുതിയ ആക്രമണം നടത്തുമെന്ന് ഭീഷ ണിപ്പെടുത്തുന്നു. അവരുടെ ഈ അടി, നമ്മെ ഇന്ന് അല്ലെങ്കിൽ നാ ളെ, അതുമല്ലെങ്കിൽ അതിനടുത്തദിവസം ഒന്നിപ്പിക്കും. ഇത് ആദ്യം മനസിലാക്കുകയും ആവശ്യമായ ഈ ഐക്യത്തിന് തയ്യാറെടുക്കു കയും ചെയ്യുന്നത് ആരായാലും അവർ, ജനങ്ങളുടെ നന്ദിക്ക് പാത്ര മായിത്തീരും.

ഇരുവിഭാഗക്കാരും തങ്ങളുടെ ഭാഗം വാദിക്കുന്നത് കടുത്ത വീറോടും വാശിയോടും കൂടിയാണ് എന്നതിനാൽ, അഭിപ്രായവ്യ ത്യാസങ്ങൾ പ്രകടിപ്പിക്കുന്ന രീതിയോട് പാപ്പരാക്കപ്പെട്ട നമുക്ക് യോ ജിക്കാനാവില്ല. ഇവരിൽ ഏതെങ്കിലും ഒരു വിഭാഗം കൈക്കൊള്ളുന്ന സമീപനങ്ങളിൽ ഏതെങ്കിലും ചിലതിനോട് നമുക്ക് ചിലപ്പോൾ യോ ജിപ്പുണ്ടായെന്ന് വരാം; അല്ലെങ്കിൽ അവരിൽ ഏതെങ്കിലും ഒരു വി ഭാഗത്തിന്റെ നിലപാടുകളോട് നമുക്ക് കൂടുതൽ യോജിപ്പുണ്ടായെന്നു വരാം. സമരത്തിന്റെ ഈ ഘട്ടത്തിൽ, അഭിപ്രായവ്യത്യാസങ്ങൾ പ്രക ടിപ്പിക്കുന്നത് ദൗർബല്യമാണ്. എന്നാൽ ഇന്നത്തെ പരിതഃസ്ഥിതി യിൽ പ്രശ്നം വാക്കുകൾ കൊണ്ട് പരിഹരിക്കാൻ കഴിയും എന്നു കരുതുന്നത് വ്യാമോഹമാണ്. ചരിത്രം ഒന്നുകിൽ ഈ തർക്കങ്ങളെ

തൂത്തുവാരിക്കളയും; അല്ലെങ്കിൽ അവയെക്കുറിച്ചുള്ള അവസാനത്തെ വിധിയെഴുത്തുനടത്തും.

നമ്മുടെ സമരത്തിന്റെ ലോകത്ത്, പരിമിതമായ ലക്ഷ്യങ്ങൾ കൈവരിക്കുന്നതിനുവേണ്ടി നാം പ്രയോഗിക്കുന്ന അടവുകളെയും പ്രവർത്തന രീതികളെയും സംബന്ധിച്ച തർക്കങ്ങളുമായി ബന്ധപ്പെട്ട എല്ലാ കാര്യങ്ങളും, മറ്റുള്ളവരുടെ അഭിപ്രായങ്ങൾക്ക് വേണ്ടത്ര ബഹുമാനം നൽകിക്കൊണ്ട്, വിശകലനം ചെയ്യപ്പെടണം. സമരമാർഗം ഉപയോഗിച്ചുകൊണ്ട് സാമ്രാജ്യത്വത്തെ പൂർണമായും തകർക്കുക എന്ന തന്ത്രപ്രധാനമായ മഹത്തായ ലക്ഷ്യത്തെ സംബന്ധിച്ചാണെങ്കിൽ, നാം ഒരു വിട്ടുവീഴ്ചയ്ക്കും തയ്യാറാവരുത്.

വിജയത്തെ സംബന്ധിച്ച നമ്മുടെ അഭിലാഷങ്ങളെ നമുക്ക് ഇങ്ങനെ സംഗ്രഹിക്കാം: സാമ്രാജ്യത്വത്തിന്റെ നെടുംകോട്ടയായ, വടക്കേ അമേരിക്കയിലെ യുണൈറ്റഡ് സ്റ്റേറ്റ്സിന്റെ സാമ്രാജത്വ മേധാവിത്വത്തെ ഇല്ലാതാക്കിക്കൊണ്ട് നമുക്ക് സാമ്രാജ്യത്വത്തെ തകർക്കണം. അടവുപരമായ ഒരു നയം സ്വീകരിക്കുകയാണെങ്കിൽ ശത്രുവിനെ അതിന്റെ സ്വാഭാവികമായ ഭൂവിഭാഗത്തിനു പുറത്തുവച്ച് വിഷമംപിടിച്ച ഒരു യുദ്ധത്തിൽ കൊണ്ടുചാടിച്ച് പരാജയപ്പെടുത്തുക; അതിന്റെ താവളങ്ങളെ നശിപ്പിക്കുക; അതായത്, അതിന്റെ ആശ്രിതരാജ്യങ്ങളെ തകർക്കുക; ജനതയെ ഓരോന്നോരോന്നായി അഥവാ ഓരോ സംഘങ്ങളായി മോചിപ്പിക്കുക.

ദീർഘമായ ഒരു യുദ്ധം എന്നാണ് ഇതിനർഥം. ആവർത്തിച്ചു പറയട്ടെ: ക്രൂരമായ ഒരു യുദ്ധം. ഈ മാർഗം അവലംബിക്കാൻ ഒരുങ്ങുമ്പോൾ ആരും സ്വയം വഞ്ചിതരാകാതിരിക്കാൻ ശ്രദ്ധിക്കുക. ആ യുദ്ധം തങ്ങളുടെ ജനങ്ങൾക്കുമേൽ ഉണ്ടാക്കിയേക്കാവുന്ന ഭവിഷ്യത്തുകളെക്കുറിച്ചുള്ള ഭയം കാരണം, അതാരംഭിക്കുമ്പോൾ ആരും മടിച്ചുനിൽക്കാതിരിക്കുക. വിജയത്തിനുള്ള, ഏറെക്കുറെ ഒരേയൊരു ആശ അതുമാത്രമാണ്.

സമയം നമ്മെ വിളിക്കുന്നു; നമുക്ക് ഒഴിഞ്ഞുമാറാൻ കഴിയില്ല. വിയത്നാമിന്റെ ഐതിഹാസികമായ ധീരതയുടെ സ്ഥായിയായ പാഠത്തോടൊപ്പം ആ രാജ്യം നമ്മെ ഈ പാഠംകൂടി പഠിപ്പിക്കുന്നു. അവസാനത്തെ വിജയം നേടുന്നതിനുവേണ്ടിയുള്ള വിയത്നാമിന്റെ, യുദ്ധത്തിന്റേതും മരണത്തിന്റേതുമായ ദൈനംദിന ദുരന്തപാഠങ്ങളും അതോടൊപ്പമുണ്ട്.

അമേരിക്ക അവകാശപ്പെടുന്ന ജീവിതനിലവാരവുമായി പൊരുത്തപ്പെട്ടു ജീവിച്ചിരുന്ന സാമ്രാജ്യത്വ പോരാളികൾ അങ്ങുദൂരെ ദുരിതങ്ങളെ നേരിടുകയാണ്; ശത്രുതയോടുകൂടിയ ഭൂപ്രദേശങ്ങളെയാണ് അവർക്ക് അഭിമുഖീകരിക്കേണ്ടിവരുന്നത്. തങ്ങൾ ശത്രുക്കളുടെ ഭൂമിയിലാണ് കാലുവയ്ക്കുന്നത് എന്ന ഭീതിയോടെയല്ലാതെ അവർക്ക് നീങ്ങാൻ കഴിയുന്നില്ല—അവരുടെ അരക്ഷിതാവസ്ഥ അത്രമാത്രം

രൂക്ഷമാണ്. ചുറ്റും കെട്ടിയുറപ്പിച്ച കോട്ടയ്ക്കു പുറത്തുപോവുകയാണെങ്കിൽ മരണം ഉറപ്പ്. രാജ്യത്തെ മൊത്തം ജനങ്ങളിൽനിന്നും ഉയർന്നുവരുന്ന സ്ഥായിയായ ശത്രുതയെ അവർക്ക് നേരിടേണ്ടിവരുന്നു. ഇതെല്ലാംതന്നെ, അമേരിക്കൻ ഐക്യനാടുകൾക്കുള്ളിൽ (യു എസ് എ) പ്രത്യാഘാതങ്ങൾ ഉണ്ടാക്കിക്കൊണ്ടിരിക്കുന്നുണ്ട്. അമേരിക്കയുടെ ഭൂവിഭാഗത്തിനുള്ളിൽത്തന്നെ വർഗസമരം പ്രത്യക്ഷപ്പെടുന്നതിലേക്കാണ് ഇതു നയിക്കുന്നത്—സാമ്രാജ്യത്വം തങ്ങളുടെ സർവശക്തിയും ഉപയോഗിച്ച് അതിനെ ദുർബലപ്പെടുത്താൻ ശ്രമിക്കുന്നുണ്ടെങ്കിലും.

ഭൂമുഖത്ത് രണ്ടോ മൂന്നോ അഥവാ നിരവധി വിയത്നാമുകൾ വിരിഞ്ഞുനിൽക്കുകയാണെങ്കിൽ, അവയുടെ അളവറ്റ ദുരന്തങ്ങളും മരണങ്ങളും അവരുടെ ഐതിഹാസികമായ ധീരതയും അവർ സാമ്രാജ്യത്വത്തിന് ഏൽപ്പിക്കുന്ന തുടർച്ചയായ ആഘാതങ്ങളും ലോകത്തിലെ ജനതകളുടെ വർധിച്ചുവരുന്ന വെറുപ്പിന്റെ ചമ്മട്ടിയടികൊണ്ട് വിവശമായ സാമ്രാജ്യത്വം തങ്ങളുടെ സൈന്യങ്ങളെ പിരിച്ചുവിടാൻ നിർബന്ധിതമായിത്തീരുന്നതും—ഇതെല്ലാം കൂടിച്ചേർന്നാൽ ഭൂതകാലം അത്ര ശോഭിതവും ദൃഢവുമായി തോന്നുകയില്ല!

കൂടുതൽ ശക്തിയോടും കൂടുതൽ ഉറപ്പോടുംകൂടി സാമ്രാജ്യത്വത്തെ ആഞ്ഞടിക്കാൻ കഴിയത്തക്കവിധം നമുക്ക് ഒന്നിക്കുവാൻ കഴിയുകയാണെങ്കിൽ, അതുവഴി സമരം ചെയ്തുകൊണ്ടിരിക്കുന്ന ജനതയ്ക്ക് കൂടുതൽ കാര്യക്ഷമമായി എല്ലാ തരത്തിലുള്ള സഹായവും എത്തിക്കാൻ കഴിയുകയാണെങ്കിൽ, ഭാവി എത്ര ഭാസുരമായിരിക്കും, അതെത്ര അടുത്തായിരിക്കും!

ലോകഭൂപടത്തിന്റെ ഒരു ചെറിയ ബിന്ദുവിൽ നിൽക്കുന്ന നാം നമ്മുടെ കടമ നിറവേറ്റുകയാണെങ്കിൽ, നമുക്ക് നൽകാൻ കഴിയുന്നത് എത്ര കുറച്ചാണെങ്കിലും അത് (നമ്മുടെ ജീവനും ആത്മത്യാഗവും) യുദ്ധത്തിനുവേണ്ടി അർപ്പിക്കുകയാണെങ്കിൽ, അതേ അത് സംഭവിക്കും; ഈ ഭൂമിയിൽ നമ്മുടെ സ്വന്തമല്ലാത്ത ഒരു തുണ്ടുഭൂമിയിൽ, എങ്കിലും നമ്മുടേതായ ഭൂമിയിൽ, നമ്മുടെ രക്തംകൊണ്ടു നനച്ച ഭൂമിയിൽ, കിടന്ന് ഒരു ദിവസം നാം അവസാനശ്വാസം വലിക്കും. നാം നമ്മുടെ പ്രവൃത്തിയുടെ വ്യാപ്തി അളന്നു തിട്ടപ്പെടുത്തിയിരിക്കുന്നു, തൊഴിലാളിവർഗത്തിന്റെ മഹത്തായ സേനയുടെ ഒരു ഭാഗമല്ലാതെ മറ്റൊന്നുമല്ല നാം എന്ന് സ്വയം കണക്കാക്കുന്നു എന്ന കാര്യം നാം മനസിലാക്കണം. എന്നാൽ, ക്യൂബൻ വിപ്ലവത്തിൽനിന്നും അതിന്റെ കേന്ദ്ര നേതാവിൽനിന്നും മഹത്തായ പാഠം പഠിച്ച നാം അതിൽ അഭിമാനം കൊള്ളുന്നു—ലോകത്തിന്റെ ഈ ഭാഗത്ത് ക്യൂബയ്ക്കുള്ള സ്ഥാനത്തിൽനിന്ന് നാം ഉൾക്കൊള്ളേണ്ടതായ പാഠമാണത്: “മാനവരാശിയുടെ ഭാഗധേയംതന്നെ അപകടത്തിലായിരിക്കുമ്പോൾ, ഒരു

വ്യക്തിക്കോ ഒരു ജനതയ്ക്കോ നേരിടുന്ന അപകടങ്ങളിലോ അവർ നടത്തുന്ന ത്യാഗങ്ങളിലോ എന്തിരിക്കുന്നു!"

നമ്മുടെ ഓരോ പ്രവൃത്തിയും സാമ്രാജ്യത്വത്തിനെതിരായ യുദ്ധ കാഹളമാണ്. മാനവരാശിയുടെ മഹാശത്രുവിനെതിരായി വടക്കേ അമേരിക്കയിലെ യുണൈറ്റഡ് സ്റ്റേറ്റ്സിനെതിരായി, ജനങ്ങളുടെ ഐക്യത്തിനുള്ള ആഹ്വാനമാണ്.

നമ്മുടെ യുദ്ധകാഹളം സ്വീകാര്യമായ ഒരു ചെവിയിലെങ്കിലും ചെന്നുപതിച്ചുവെങ്കിൽ, നമ്മുടെ കൈ പിടിക്കാൻ മറ്റൊരു കൈ വന്നു ചേരുന്നുവെങ്കിൽ, യന്ത്രത്തോക്കുകളുടെ ഗർജനത്തോടും പുതിയ യുദ്ധ കാഹളത്തോടും വിജയഗാഥയോടും കൂടി മറ്റുള്ളവർ മുന്നോട്ടു വന്ന് നമ്മുടെ വിലാപയാത്രയിൽ പങ്കുചേരുന്നുവെങ്കിൽ, എന്നാൽ, മരണം എപ്പോൾവന്ന് നമ്മെ ആശ്ചര്യപ്പെടുത്തിയാലും ശരി, നമുക്കതിനെ സ്വാഗതം ചെയ്യാം.

കുറിപ്പുകൾ

ആമുഖത്തിനുള്ള അടിക്കുറിപ്പുകൾ

അതിൽ പറഞ്ഞിട്ടുള്ള ഏഴ് അടിക്കുറിപ്പുകൾക്കും *ചെ ഗുവേര റീഡർ: റൈറ്റിങ്സ് ഓൺ ഗറില്ല സ്ട്രാറ്റജി, പൊളിറ്റിക്സ് ആന്റ് റവല്യൂഷൻ*, ഓഷൻ പ്രസ്, മെൽബോൺ (1997) നോക്കുക.

അൾജീരിയയിലെ പ്രസംഗം

1. ആഫ്രോ-ഏഷ്യൻ സോളിഡാരിറ്റിയുടെ രണ്ടാമത് ഇക്കണോമിക് സെമിനാറിൽ 1965 ഫെബ്രുവരി 24-നാണ് ചെ ഗുവേര പ്രസംഗം നടത്തിയത്. 1964 ഡിസംബർ 11 ന് ഐക്യരാഷ്ട്രസഭാ ജനറൽ അസംബ്ലിയെ അഭിസംബോധന ചെയ്തു പ്രസംഗിച്ച അദ്ദേഹം അതിനുശേഷം ആഫ്രിക്കയിൽ പര്യടനം നടത്തിക്കൊണ്ടിരിക്കുകയായിരുന്നു. നിർണായകമായ ഈ ദിനങ്ങളിൽ കോംഗോയിലെ വിമോചനപ്രസ്ഥാനത്തിൽ ചേരാൻ അദ്ദേഹം തയ്യാറെടുത്തുകൊണ്ടിരിക്കുകയായിരുന്നു. 1965 ഏപ്രിൽ മാസത്തിലാണത് ആരംഭിച്ചത്. ഈ പ്രസംഗത്തിൽ ആവശ്യമായ തിരുത്തലുകൾ ചെ നടത്തി. പിന്നീടത് *അൾജിയേഴ്സ് പ്രസംഗങ്ങൾ* എന്ന കൃതിയിൽ ആദ്യമായി പ്രസിദ്ധീകരിച്ചു. ഹവാനയിലെ ചെ ഗുവേര സ്റ്റഡീസ് സെന്ററിൽവച്ചാണ് ചെ ഗുവേര, ഇതിൽ ആവശ്യമായ തിരുത്തലുകൾ വരുത്തിയത്.

2. മൂന്നാം ലോകവുമായി ക്യൂബയ്ക്കുള്ള ബന്ധത്തെയാണ്, അൾജിയേഴ്സിലെ സമ്മേളനത്തിലെ ചെയുടെ പങ്കാളിത്തം പ്രതിഫലിക്കുന്നത്. ക്യൂബയിലെ വിപ്ലവത്തെത്തുടർന്ന് ജൂൺ തൊട്ട് സപ്തംബർ വരെ ബന്ദൂങ്ങ് കരാറിൽ ഉൾപ്പെട്ട രാജ്യങ്ങളിൽ ചെ സന്ദർശനം നടത്തുകയുണ്ടായി. ചേരിചേരാ രാജ്യങ്ങളുടെ പ്ര

സ്ഥാനം എന്ന് പിന്നീട് അറിയപ്പെട്ട പ്രസ്ഥാനത്തിന്റെ മുൻഗാമിയായിരുന്നു ബന്ദുങ്ങ് കരാർ. 1963 ജൂലായ് 16 ന് അൾജീരിയയിൽ ചേർന്ന, ആസൂത്രണത്തെ സംബന്ധിച്ച ഒന്നാമത്തെ സെമിനാറിൽ ക്യൂബൻ വിപ്ലവത്തിന്റെ അനുഭവങ്ങൾ ചെ വിവരിക്കുകയുണ്ടായി. “ആസന്നഭാവിയിൽതന്നെ നിങ്ങൾക്ക് ഉപകാരപ്രദമാണെന്ന് തെളിയാൻ പോകുന്ന, ഞങ്ങളുടെ സാമ്പത്തിക വികസനത്തെയും ഞങ്ങൾക്കു പറ്റിയ തെറ്റുകളെയും ഞങ്ങളുടെ വിജയങ്ങളെയും സംബന്ധിച്ച ഒരു ലഘു ചരിത്രം നൽകുന്നതിനാണ്” താൻ ഈ സമ്മേളനത്തിൽ പങ്കെടുക്കുന്നതിനുള്ള ക്ഷണം സ്വീകരിച്ചതെന്ന്, അദ്ദേഹം വിവരിക്കുകയുണ്ടായി.

3. മൂന്നാം ലോകത്തെ സംബന്ധിച്ച തന്റെ വിപ്ലവ സിദ്ധാന്തം സൂക്ഷ്മമായി നിർവചിച്ച ഈ പ്രസംഗത്തിൽ, ദേശീയ വിമോചനത്തിനായുള്ള സമരത്തെ സോഷ്യലിസ്റ്റ് ആശയങ്ങളുമായി സമന്വയിപ്പിക്കേണ്ടതിന്റെ ആവശ്യകത ചെ ഊന്നിപ്പറയുകയും ചെയ്തു. മൂന്നാം ലോകത്തിന് നിരുപാധികമായ മൗലിക പിന്തുണ നൽകാൻ സോഷ്യലിസ്റ്റ് രാഷ്ട്രങ്ങളോട് അൾജീരിയയിൽവെച്ച് ചെ നടത്തിയ ആഹ്വാനം ഏറെ ചർച്ചയ്ക്ക് ഇടവരുത്തി. അതെന്തായാലും അദ്ദേഹം പറഞ്ഞതാണ് ശരിയെന്ന് ചരിത്രം തെളിയിക്കും.

4. മൂന്നാം ലോകത്തിലെ സാമ്പത്തികവും വികസനവും സംബന്ധിച്ച് ഐക്യരാഷ്ട്രസഭ സംഘടിപ്പിച്ച ലോക സമ്മേളനത്തിൽ 1964 മാർച്ച് 25 ന് ജനീവയിൽവെച്ച് ചെ നടത്തിയ സുപ്രധാനമായ അഭ്യർഥനയിലാണ് അസമമായ വിനിമയത്തെ സംബന്ധിച്ച ഈ നിർവചനം ഉള്ളത്. “സ്റ്റാറ്റസ് കോ നിലനിർത്തുന്നതും നീതി എന്തെന്നു തീരുമാനിക്കുന്നതും ശക്തമായ താൽപ്പര്യങ്ങളാണ്. അതേ അവസരത്തിൽ, മാനവരാശിക്കു ഭീഷണിയായി നിലനിൽക്കുന്ന സംഘർഷങ്ങൾ ദൂരീകരിക്കുക വിഷമകരമാണെന്ന്..... ഇവിടെ സന്നിഹിതരായവരുടെ ശ്രദ്ധയിൽപ്പെടുത്തേണ്ടത്.... ഞങ്ങളുടെ കടമയാണ്.”

5. ചെയെ സംബന്ധിച്ചിടത്തോളം, സോഷ്യലിസം എന്നതിന്റെ അന്തരാർഥം, ചൂഷണത്തെ തരണം ചെയ്യുക എന്നതായിരുന്നു; നീതിയുക്തവും മനുഷ്യത്വപരവുമായ ഒരു സമൂഹത്തിലേക്കുള്ള അനിവാര്യമായ കാൽവെപ്പാണത്. ചർച്ചകൾ നടക്കുമ്പോൾ ഈ പ്രശ്നത്തെ സംബന്ധിച്ച് അദ്ദേഹം വെട്ടിത്തുറന്നുതന്നെ പറഞ്ഞു. അതുകൊണ്ട് പലപ്പോഴും അദ്ദേഹം തെറ്റിദ്ധരിക്കപ്പെട്ടു. സോഷ്യലിസത്തിനുവേണ്ടിയുള്ള സമരത്തിൽ അന്താരാഷ്ട്ര ഐക്യം വേണമെന്ന കാര്യത്തിലായിരുന്നു അദ്ദേഹം ഊന്നിയത്. സ്വയം

വിമോചനം നേടിയ ജനങ്ങളുടെ സാമ്പത്തികവും സാമൂഹ്യവുമായ വികസനത്തിന് അന്താരാഷ്ട്ര സോഷ്യലിസ്റ്റ് ശക്തികൾ വേണ്ട സഹായം നൽകണം എന്നതായിരുന്നു അദ്ദേഹത്തിന്റെ ആശയം.

6. ക്യൂബൻ സമൂഹത്തിന് സാങ്കേതികവും ഭൗതികവുമായ അടിത്തറ നിർമിക്കുന്നതിനുവേണ്ടി 1959 മുതൽ 1965 വരെ നേരിട്ട് പങ്കെടുത്ത ചെ, പുതിയ മനുഷ്യനെയും പുതിയ വനിതയെയും വളർത്തിയെടുക്കുന്നതു സംബന്ധിച്ച അദ്ദേഹത്തിന്റെ ആശയങ്ങളുമായി അതിനെ ദൃഢമായി ബന്ധപ്പെടുത്തുകയുണ്ടായി. അദ്ദേഹം നിരന്തരം കൈകാര്യം ചെയ്തിരുന്ന ഒരു വിഷയമാണിത്. ഒരു പുതിയ സമൂഹം കെട്ടിപ്പടുക്കുന്നതിന് ആവശ്യമായ രണ്ട് പ്രധാന സ്തൂപങ്ങളിൽ ഒന്ന് അതാണെന്ന് അദ്ദേഹം കണക്കാക്കിയിരുന്നു. അടിയന്തര പ്രശ്നങ്ങൾ പരിഹരിക്കുക എന്നതു മാത്രമായിരുന്നില്ല അദ്ദേഹത്തിന്റെ തന്ത്രം; ക്യൂബയുടെ സാങ്കേതികവും ശാസ്ത്രീയവുമായ ഭാവിവികസനം കൈവരിക്കുന്നതിന് ആവശ്യമായ അടിത്തറ പാകുക എന്നതുകൂടിയായിരുന്നു. വ്യവസായമന്ത്രാലയത്തിന്റെ തലവൻ എന്ന നിലയിൽ തന്റെ ഔദ്യോഗിക ജീവിതകാലത്ത് ഈ തന്ത്രം മുന്നോട്ടുവയ്ക്കാൻ അദ്ദേഹത്തിനു കഴിഞ്ഞു. ഇക്കാര്യത്തെക്കുറിച്ച് കൂടുതൽ അറിയുന്നതിന് താഴെ പറയുന്ന അദ്ദേഹത്തിന്റെ രണ്ട് കൃതികൾ വായിക്കുക: *യൂണിവേഴ്സിറ്റിയിൽ നീഗ്രോകളെക്കൊണ്ടും മുലാത്തോകളെക്കൊണ്ടും തൊഴിലാളികളെക്കൊണ്ടും കൃഷിക്കാരെക്കൊണ്ടും നിറയട്ടെ* (1960); *യുവാക്കളും വിപ്ലവവും* (1964).

7. ഒരു സോഷ്യലിസ്റ്റ് സമ്പദ്വ്യവസ്ഥയിലേക്കുള്ള പരിവർത്തനത്തിൽ കൈക്കൊള്ളേണ്ട കടമകളെക്കുറിച്ച് പൂർണമായും മനസിലാക്കുന്നതിനുള്ള ശ്രമത്തിനിടയിൽ സാമ്പത്തികാസൂത്രണത്തിനുള്ള നിർണായകസ്ഥാനം ചെ മനസിലാക്കി; പ്രത്യേകിച്ചും മുതലാളിത്തത്തിന്റെ പല വശങ്ങളും നിലനിർത്തിക്കൊണ്ടിരിക്കുന്ന ഒരു അവികസിതരാജ്യത്തിൽ സോഷ്യലിസ്റ്റ് സമ്പദ്വ്യവസ്ഥ കെട്ടിപ്പടുക്കുന്ന അവസരത്തിൽ ആസൂത്രണം ആവശ്യമാണ്. കാരണം, സാമ്പത്തിക ശക്തികളെ നിയന്ത്രിക്കുന്നതിനുള്ള ആദ്യത്തെ മാനുഷിക ശ്രമത്തെയാണത് പ്രതിനിധീകരിക്കുന്നത്; ഈ അന്തരാളഘട്ടത്തിന്റെ സ്വഭാവവിശേഷമാണത്. വിപണിയെയും ഭൗതിക താൽപ്പര്യങ്ങളെയും മൂല്യനിയമത്തെയും ശക്തിപ്പെടുത്തിക്കൊണ്ട് സാമ്പത്തിക വ്യവസ്ഥയെ പരിഷ്കരിക്കുക എന്ന സോഷ്യലിസത്തിനുള്ളിലെ പ്രവണതയെക്കുറിച്ച് അദ്ദേഹം മുന്നറിയിപ്പ് നൽകുകയുണ്ടായി. ഈ പ്രവണതയെ നേരിടുന്നതിനായി, ജനങ്ങളുടെ ബോധനിലവാരം

ഉയർത്തുന്ന വിധത്തിലുള്ള കേന്ദ്രീകരണ സ്വഭാവത്തോടുകൂടിയ, ബ്യൂറോക്രസിക്ക് വിരുദ്ധമായ ആസൂത്രണം വേണമെന്ന് അദ്ദേഹം ശക്തിയായി വാദിച്ചു. ആസൂത്രണത്തിന്റെ മൗലികമായ നിയന്ത്രണശക്തി എന്ന നിലയിൽ സംഘടിത പ്രവർത്തനത്തെയും ബോധനിലവാരത്തെയും ഉപയോഗപ്പെടുത്തുക എന്നതായിരുന്നു അദ്ദേഹത്തിന്റെ ഉദ്ദേശ്യം. കൂടുതൽ വിവരങ്ങൾക്ക് അദ്ദേഹത്തിന്റെ *സോഷ്യലിസ്റ്റ് ആസൂത്രണത്തിന്റെ പ്രസക്തി* (1964) എന്ന കൃതി നോക്കുക.

നിരവധി വിയത്നാമുകൾ സൃഷ്ടിക്കുക

1. ഏഷ്യയിലെയും ലാറ്റിൻ അമേരിക്കയിലെയും ആഫ്രിക്കയിലെയും ജനങ്ങളോട് ഐക്യദാർഢ്യം പ്രകടിപ്പിക്കുന്നതിനുള്ള ട്രൈകോൺടിനെന്റൽ സമ്മേളനം 1966 ജനുവരിയിൽ ക്യൂബയിൽ വെച്ചു നടന്നു. സ്ഥിരം എക്സിക്യൂട്ടീവ് സെക്രട്ടേറിയറ്റോടുകൂടിയ ഒരു സംഘടന രൂപീകരിക്കണമെന്ന് തീരുമാനിക്കപ്പെട്ടു. ആ സമ്മേളനത്തിന്റെ അവസരത്തിൽ ചെ ഗുവേര ടാൻസാനിയയിലായിരുന്നു. കോംഗോവിൽനിന്ന് അദ്ദേഹം പുറപ്പെട്ടുകഴിഞ്ഞിരുന്നു. 1966 ൽ അദ്ദേഹം ബൊളീവിയയിലേക്ക് പുറപ്പെടുന്നതിനുമുമ്പ് ക്യൂബയിലെ പിനാർ ഡെൽ റിയോയിലെ ട്രെയിനിങ്ങ് ക്യാമ്പിൽ ഇരുന്നുകൊണ്ടാണ് ചെ, ഈ 'സന്ദേശം' തയ്യാറാക്കിയതെന്ന്, അക്കാലത്ത് മൂന്നാം ലോകത്തിലെ വിപ്ലവകാരികളുമായി ബന്ധപ്പെടുന്നതിന് ക്യൂബ അധികാരപ്പെടുത്തിയിരുന്ന മാനുവൽ പിനീറോ, പിന്നീട് 1997 ൽ വിശദീകരിക്കുകയുണ്ടായി. 1967 ഏപ്രിൽ 16 ന് ഒരു വിശേഷാൽപ്പതിപ്പിൽ ആണ് ആ 'സന്ദേശം' ആദ്യമായി പ്രസിദ്ധീകരിക്കപ്പെട്ടത്. അതാണ് പിന്നീട് *ട്രൈകോൺടിനെന്റൽ* മാഗസിൻ ആയി മാറിയത്. "രണ്ടോ മൂന്നോ അഥവാ നിരവധി വിയത്നാമുകളെ സൃഷ്ടിക്കുക, അതാണ് നമ്മുടെ 'മുദ്രാവാക്യം' എന്ന തലക്കെട്ടിൽ ആ സന്ദേശം പ്രസിദ്ധീകരിക്കപ്പെട്ടു.

2. കൊറിയയിലെയും വിയത്നാമിലെയും യുദ്ധങ്ങളെക്കുറിച്ചുള്ള ചെയുടെ ആദ്യത്തെ വിശകലനങ്ങൾ 1954 ൽ അദ്ദേഹം ഗ്വാട്ടിമാലയിൽ താമസിക്കുന്ന കാലത്താണ് എഴുതിയത്. സാമ്രാജ്യത്വശക്തികൾ ഗ്വാട്ടിമാലയെയും ആക്രമിക്കുകയുണ്ടായല്ലോ. ക്യൂബൻ വിപ്ലവത്തിന്റെ വിജയത്തിനുശേഷം വളരെ വ്യത്യസ്തമായ സാഹചര്യങ്ങളിൽ, ഏഷ്യയിലെ സംഭവവികാസങ്ങളെക്കുറിച്ച് അദ്ദേഹം വീണ്ടും ചർച്ച ചെയ്യുകയുണ്ടായി. ഉദാഹരണത്തിന്, ദക്ഷിണ വിയത്നാമിനോട് ഐക്യദാർഢ്യം (1963), *ജനങ്ങളുടെ യുദ്ധം, ജനകീയ സേന* (1963) എന്ന പുസ്തകത്തിന്

എഴുതിയ ആമുഖം, ചെയുടെ *യു എൻ പ്രസംഗങ്ങൾ* (1964) എന്നിവ നോക്കുക.

3. വിയത്നാം ദേശീയ വിമോചനമുന്നണിയുടെ സൈനികവും രാഷ്ട്രീയവുമായ വിജയങ്ങളെ തടയാൻ കഴിയാത്ത ദക്ഷിണ വിയത്നാം സ്വേച്ഛാധിപതി എൻ ഗുവോ ദിൻ ദിയത്തിന്റെ ഭരണത്തിൽ അസംതൃപ്തിപൂണ്ട വാഷിങ്ടൺ, 1963 നവംബർ 1 ന് ദിയത്തെ വധിക്കുകയാണുണ്ടായത്.

4. ഈ കാര്യത്തെക്കുറിച്ച് കൂടുതൽ വിശദമായി അറിയുന്നതിന്, ഐക്യരാഷ്ട്രസഭയിലെ ചെയുടെ പ്രസംഗങ്ങളും ഈ പുസ്തകത്തിലെ അൾജീരിയൻ പ്രസംഗവും നോക്കുക. അൾജീരിയൻ പ്രസംഗത്തിൽ അദ്ദേഹം ഇങ്ങനെ പ്രഖ്യാപിക്കുന്നു: "വിയത്നാമിനു നേരെയോ കോംഗോയ്ക്കു നേരെയോ അമേരിക്കൻ സാമ്രാജ്യത്വം നടത്തുന്ന അശുഭസൂചകമായ ആക്രമണത്തെ, നമ്മുടെ സഹോദരരാജ്യങ്ങൾക്ക് കൊടുക്കാൻ കഴിയുന്ന എല്ലാവിധ സംരക്ഷണങ്ങളും നൽകിക്കൊണ്ട്, നിരുപാധികമായ ഐക്യദാർഢ്യം പ്രകടിപ്പിച്ചുകൊണ്ട്, നേരിടണം."

5. സാർവദേശീയ വിപ്ലവപ്രസ്ഥാനത്തെ ഗ്രസിച്ചിട്ടുള്ള അഭിപ്രായവ്യത്യാസങ്ങളെക്കുറിച്ച്, പ്രത്യേകിച്ചും ചൈനയും സോവിയറ്റ് യൂണിയനും തമ്മിലുള്ള സംഘർഷത്തെക്കുറിച്ച്, ചെ, പലപ്പോഴും പരാമർശിക്കുന്നുണ്ട്. കൂടുതൽ വിപുലമായ വിധത്തിലുള്ള ഹാനി ഒഴിവാക്കുന്നതിനായി, അത്തരം അഭിപ്രായവ്യത്യാസങ്ങൾ പ്രസ്ഥാനത്തിനുള്ളിൽ വച്ചുതന്നെ പരിഹരിക്കേണ്ടതിന്റെ ആവശ്യകതയും അദ്ദേഹം ഊന്നിപ്പറയാറുണ്ട്. ഈ ചിന്താഗതി അനുവർത്തിക്കുന്ന ചെയുടെ മൂന്നാം ലോകത്തെ സംബന്ധിച്ച സിദ്ധാന്തം വരട്ടുതത്ത്വവാദങ്ങൾ ഒഴിവാക്കാൻ ശ്രമിക്കുന്നുണ്ട്. ഈ കൃതിയിലെ ലേഖനങ്ങൾ ഈ പ്രശ്നത്തെ സംബന്ധിച്ച ചെയുടെ നിലപാടുകൾ വ്യക്തമാക്കുന്നുണ്ട്.

6. 1963 നവംബർ 22 ന് ജോൺ എഫ് കെന്നഡി വധിക്കപ്പെട്ടപ്പോൾ, ലിണ്ടൻ ബി ജോൺസൺ വൈസ് പ്രസിഡന്റായിരുന്നു. വിയത്നാം യുദ്ധത്തിലെ അമേരിക്കൻ പങ്കാളിത്തം ജോൺസൺ, വളരെയേറെ വർധിപ്പിച്ചു; ക്യൂബയ്ക്കു നേരെയുള്ള പരസ്യമായ കടന്നാക്രമണം കൂടുതൽ രൂക്ഷമാക്കി; പ്രതിവിപ്ലവ സംഘടനകൾക്ക് നിരുപാധികമായ സഹായം നൽകിക്കൊണ്ടിരുന്നു.

7. തന്ത്രവും അടവും സംബന്ധിച്ച ചെയുടെ ആശയങ്ങളിൽ, ഉള്ളടക്കവും ലക്ഷ്യങ്ങളും സംബന്ധിച്ച വൈരുധ്യാത്മകമായ ഒരു വളർച്ച ദൃശ്യമാണ്. ആഫ്രിക്കയിലെയും ലാറ്റിൻ അമേരിക്കയിലെയും സമരങ്ങളിൽ ചേരുന്നതുവരെയുള്ള കാലഘട്ടത്തിൽ, ക്യൂബൻ വിപ്ലവസമരങ്ങളിൽനിന്ന് അദ്ദേഹം ആർജിച്ച അനുഭ

വങ്ങളെ അടിസ്ഥാനപ്പെടുത്തിയുള്ളതാണത്. താഴെ പറയുന്ന കൃതികൾ കൂടുതൽ വിവരങ്ങൾക്കായി നോക്കുക: ഗറില്ലാ യുദ്ധതന്ത്രം, *ഗറില്ലാ യുദ്ധതന്ത്രം - ഒരു മാർഗം*, വിപ്ലവയുദ്ധത്തിലെ അധ്യായങ്ങൾ,*ലാറ്റിൻ അമേരിക്കൻ വിപ്ലവത്തിന്റെ തന്ത്രവും അടവുകളും*; *കോംഗോയിലെ വിപ്ലവ യുദ്ധത്തിന്റെ ചില അധ്യായങ്ങൾ.*

8. ലാറ്റിൻ അമേരിക്കയിലേക്ക് യു എസ് മൂലധനം കടന്നുവരുന്നത്, തന്റെ ജീവിതകാലം മുഴുവൻ ചെയെ അലട്ടിക്കൊണ്ടിരുന്ന ഒരു പ്രധാന പ്രശ്നമായിരുന്നു. അദ്ദേഹത്തിന്റെ കൃതികളിലെല്ലാം അത് പ്രതിഫലിക്കുന്നുണ്ട്. സാമ്പത്തികവും രാഷ്ട്രീയവും തമ്മിലുള്ള ബന്ധത്തെക്കുറിച്ചും ഓരോ ലാറ്റിൻ അമേരിക്കൻ രാജ്യത്തിലും അത് പ്രവർത്തിക്കുന്ന രീതിയെക്കുറിച്ചും തന്റെ പല കൃതികളിലും അഭിപ്രായ പ്രകടനങ്ങളിലും ചെ സൂചിപ്പിക്കുന്നുണ്ട്. ഇതിനെക്കുറിച്ചുള്ള വിശദമായ വിശകലനം അദ്ദേഹത്തിന്റെ *തന്ത്രവും അടവുകളും* എന്ന കൃതിയിൽ കാണാം.

9. 1965 ഏപ്രിൽ മാസത്തിൽ ഡൊമിനിക്കൻ റിപ്പബ്ലിക്കിലെ ജനകീയ മുന്നേറ്റങ്ങളെ അടിച്ചമർത്തുന്നതിനായി, പതിനായിരക്കണക്കിന് സൈനികരടങ്ങുന്ന അമേരിക്കൻ സേനാവ്യൂഹം ആ രാജ്യത്തെ ആക്രമിച്ചു.

10. കോംഗോയിലെ തന്റെ അനുഭവങ്ങൾ വച്ചുകൊണ്ട്, *കോംഗോയിലെ വിപ്ലവയുദ്ധത്തിന്റെ ചില അധ്യായങ്ങൾ* എന്ന കൃതി അദ്ദേഹം എഴുതി; ആ സമരത്തെക്കുറിച്ചുള്ള ഏറ്റവും പ്രധാനപ്പെട്ട പാഠങ്ങൾ അദ്ദേഹം അതിൽ വിശദമായി പരാമർശിക്കുന്നുണ്ട്. ആ മേഖലയിലെ സാമ്പത്തിക-സാമൂഹ്യ-രാഷ്ട്രീയ യാഥാർഥ്യങ്ങളെക്കുറിച്ചും അതുപോലെതന്നെ സമരത്തിനുള്ള സാധ്യതകളെക്കുറിച്ചും അതിന്റെ ഉപസംഹാരത്തിൽ അദ്ദേഹം വിവരിക്കുന്നുണ്ട്. ദേശീയ ബൂർഷ്വാസിയെക്കുറിച്ചും അധികാര ഘടനയിൽ അവരുടെ ആശ്രിത സ്ഥാനത്തെക്കുറിച്ചും അദ്ദേഹം വിവരിക്കുന്നു; രാഷ്ട്രീയമായി പറഞ്ഞാൽ, അവർ ശക്തിക്ഷയം വന്നവരാണെന്ന് അദ്ദേഹം സമർഥിക്കുന്നു.

11. വിവിധ രാജ്യങ്ങളിലെ ജനങ്ങളുടെ വിമോചന സമരങ്ങളിലുള്ള ചെയുടെ പങ്കാളിത്തം ശരിയായി മനസിലാക്കുന്നതിന്, മൂന്നാം ലോകത്തിലെ അനിവാര്യമായ യാഥാർഥ്യങ്ങളെക്കുറിച്ചുള്ള ചെയുടെ വിശകലനം പഠിക്കേണ്ടത് അത്യാവശ്യമാണ്. അദ്ദേഹം ബൊളീവിയ വിടുംമുമ്പ് എഴുതിയ "സന്ദേശം", അദ്ദേഹത്തിന്റെ രാഷ്ട്രീയ സമീപനങ്ങളെയും അദ്ദേഹത്തിന്റെ തീരുമാനങ്ങൾക്ക് അടിത്തറയായി വർത്തിച്ച വസ്തുതകളെയും ദൃഢമായി എടുത്തുകാണിക്കുന്നുണ്ട്. ഐക്യരാഷ്ട്രസഭയിൽ അദ്ദേഹം

പരസ്യമായി പ്രകടിപ്പിച്ച കാഴ്ചപ്പാടുകളെ അത് പ്രതിഫലിപ്പിക്കുന്നുമുണ്ട്. ഐക്യരാഷ്ട്രസഭയിലെ ചെയുടെ പ്രസംഗത്തിന്റെ ഉള്ളടക്കം, പ്രത്യേകിച്ചും മധ്യപൂർവേഷ്യയിലെയും ഇസ്രായേലിലെയും പ്രതിസന്ധികളെക്കുറിച്ചുള്ള അദ്ദേഹത്തിന്റെ അഭിപ്രായങ്ങൾ, ആശ്ചര്യകരമാംവിധം, ഇന്ന് പ്രസക്തമാണ്.

12. പ്രസിഡന്റ് നിക്സന്റെ ഭരണകാലത്ത് അമേരിക്ക, 1970 ൽ കംബോഡിയയിൽ നിരത്തി ബോംബിട്ടു തുടങ്ങി.

13. 1965 സപ്തംബർ 30 ന് ഇന്തോനേഷ്യയിൽ ജനറൽ സുഹാർത്തോ അധികാരം പിടിച്ചെടുത്തു; മുമ്പ് ഇന്തോനേഷ്യയിൽ വളരെ ശക്തമായിരുന്ന കാലത്ത് കമ്യൂണിസ്റ്റ് പാർട്ടിയിലെ അംഗങ്ങളെയും അനുഭാവികളെയും കൂട്ടക്കൊല ചെയ്യാനാരംഭിച്ചു. അടുത്ത ഏതാനും മാസങ്ങൾക്കുള്ളിൽ, ഏതാണ്ട് പത്തുലക്ഷത്തോളം പേരാണ് കൊല്ലപ്പെട്ടത്.

14. ചെയുടെ “സന്ദേശ”ത്തിൽ വിവരിക്കുന്ന, ആഗോളതലത്തിലുള്ള സാർവദേശീയതയെ സംബന്ധിച്ച അദ്ദേഹത്തിന്റെ ആശയങ്ങൾ, അദ്ദേഹത്തിന്റെ ചിന്തയും രാഷ്ട്രീയാനുഭവങ്ങളും തമ്മിലുള്ള സമ്മേളനമായി കാണണം. സായുധസമരത്തിലൂടെ അധികാരം പിടിച്ചെടുക്കുന്നതിൽനിന്ന് ആരംഭിച്ച്, ഒരു പുതിയ വ്യവസ്ഥ കെട്ടിപ്പടുക്കുന്നതിന് പിന്തുണ നൽകുന്ന ഒരു വിപ്ലവകാരിയെ നമ്മോട് കൂടുതൽ അടുപ്പിക്കുന്നത് ഈ യോജിപ്പാണ്. ലോകം ഒരു നാൽക്കൂട്ടപ്പെരുവഴിയിലെത്തിക്കഴിഞ്ഞിരിക്കുന്നുവെന്നും ദേശീയ ബൂർഷ്വാസിക്ക് സാമ്രാജ്യത്വത്തിന്റെ മുന്നിൽ നിൽക്കാൻ കഴിയുകയില്ലെന്നും മനസിലാക്കുന്നുണ്ട്. ഇത്തരമൊരു പരിതഃസ്ഥിതിയിൽ, വിമോചനത്തിനുള്ള ഒരേയൊരു മാർഗം, സുദീർഘമായ ജനകീയ സമരങ്ങളിലൂടെയുള്ളതാണ്.

9 789382 328759

Printed by Libri Plureos GmbH in Hamburg,
Germany